MỘT HƯỚNG DẪN XÁC THỰC VỀ THIỀN

Tác giả **Shar Khentrul Jamphel Lodrö**

Dịch giả (Tùng Vũ - Sechen Wangchuk)

Dzokden

Tác giả: Shar Khentrul Jamphel Lodro
Biên tập viên tiếng Anh: Adrian Hekel, Pierre-Joseph de Souza
Phiên dịch tiếng Việt: Tùng Vũ (Sechen Wangchuk)
Biên tập viên tiếng Việt: Tùng Vũ (Sechen Wangchuk)

Ấn bản đầu tiên
ISBN: 978-1-961659-17-9 (Paperback)
ISBN: 978-1-961659-18-6 (PDF)
ISBN: 978-1-961659-29-2 (ePub)

Xuất bản bởi:
DZOKDEN

Tác phẩm này được thực hiện bởi Dzokden, một tổ chức phi lợi nhuận được điều hành hoàn toàn bởi các tình nguyện viên. Tổ chức này được dành riêng để truyền bá quan điểm phi giáo phái về tất cả các truyền thống tâm linh của thế giới và giảng dạy Phật giáo theo cách hoàn toàn xác thực, đồng thời thực tế và dễ tiếp cận với văn hóa phương Tây. Nó đặc biệt dành riêng cho việc truyền bá truyền thống Jonang, một viên ngọc quý hiếm từ một vùng xa xôi của Tây Tạng nhằm bảo tồn những giáo lý quý giá của Kalachakra.

Để biết thêm thông tin về các hoạt động theo lịch trình hoặc các tài liệu có sẵn, hoặc nếu bạn muốn đóng góp, vui lòng liên lạc:

Dzokden
3436 Divisadero Street
San Francisco, CA 94123 USA
www.dzokden.org
office@dzokden.org

NỘI DUNG

LÁ THƯ TỪ TÁC GIẢ

Những hướng dẫn về thiền được trình bày trong cuốn sách này không phải là thứ để đọc một vài lần rồi đặt sang một bên - việc làm quen với chúng và thực hành chúng như một mục tiêu suốt đời có thể vô cùng quý giá. Nếu bạn quyết tâm áp dụng những hướng dẫn này vào thực hành, cuộc sống của bạn sẽ có ý nghĩa và mục đích lớn lao. Tuy nhiên, chỉ thực hành một chút sẽ không nhất thiết dẫn đến bất kỳ thành tựu nào trừ khi bạn có khả năng tâm linh bẩm sinh ở mức độ đặc biệt. Giống như một diễn viên nhào lộn không thể thực hiện các pha nhào lộn khi mới sinh ra và cần phải luyện tập liên tục, thiền là thứ bạn cần phải luyện tập nhiều lần. Thông thường bạn sẽ cần sự kiên trì, quyết tâm và trí tuệ cao độ, cùng với sự hướng dẫn khéo léo của các vị thầy hoặc những người bạn tâm linh. Tuy nhiên, sau một thời gian, việc thực hành của bạn sẽ trở thành bản chất thứ hai và không cần phải nỗ lực nhiều nữa; khi đó nó trở thành nguồn vui và ý nghĩa lớn lao.

Nếu bạn không thể liên hệ được những ý tưởng như sự giác ngộ hay các thiền nhập định (jhana), hãy nhớ rằng mục tiêu thiết yếu của việc thực hành Phật giáo là luôn lưu tâm đến hành vi của mình và luôn giữ một trái tim tốt lành. Từ quan điểm này, thiền là một phương pháp quan trọng để "làm quen" với những cảm giác yêu thương và từ bi mà bạn nên luôn cố gắng phát triển. Dù bạn là ai và làm gì, điều này chắc chắn sẽ mang lại lợi ích to lớn cho bạn.

Shar Khentrul Jamphel Lodrö
Belgrave, Australia

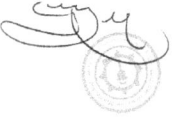

Đức Phật Thích Ca Mâu Ni đang thiền định dưới gốc cây Bồ Đề
«Giác ngộ», Tranh tường đền thờ, Bodhgaya, Ấn Độ,
© Nghệ sĩ Marianna Rydvaid
www.dakiniunlimited.com * www.dakiniart.com

LỜI MỞ ĐẦU

Ngày nay việc thực hành thiền ngày càng trở nên phổ biến. Nó được công nhận là một phần quan trọng của lối sống lành mạnh và là một khía cạnh thiết yếu của nhiều truyền thống tâm linh. Vì học thiền đúng cách có thể mang lại rất nhiều lợi ích, tôi cảm thấy một cuốn sách nhỏ như thế này sẽ hữu ích để trình bày con đường thiền theo cách vừa xác thực vừa dễ tiếp cận.

Đầu tiên, tôi tin rằng tài liệu này là xác thực vì nó dựa trên giáo lý Phật giáo truyền thống đã được thử nghiệm trong hơn hai nghìn năm - bằng cách làm theo những hướng dẫn này, vô số thiền giả đã có thể khám phá bản chất thực sự của thực tại của họ và đã thay đổi hoàn toàn cuộc sống của họ. Những giáo lý này đưa ra một cách tiếp cận thực tế có thể mang lại lợi ích cho bất kỳ ai, bất kể chủng tộc hay tôn giáo của họ. Tuy nhiên, chúng tôi gọi họ là 'Phật tử' để tuyên bố rằng họ đến từ một nguồn xác thực.

Trong khi đó, tôi đã cố gắng làm cho tài liệu này có thể tiếp cận được bằng cách giảm thiểu việc sử dụng biệt ngữ và tham khảo nhiều nguồn tài liệu hiện đại. Tôi đã cố gắng tóm tắt nhiều phương pháp thiền khác nhau không chỉ có hiệu quả vào thời Đức Phật mà còn được các đạo sư thời nay sử dụng với thành công đáng kể.

Tôi hy vọng rằng cuốn sách này sẽ hướng dẫn bạn tìm ra một loại thiền có thể 'đưa bạn về nhà' bất cứ khi nào bạn muốn - đến một không gian tĩnh lặng, trong sáng, nơi bạn có thể tìm thấy sự bình yên và phục hồi năng lượng của mình, hoặc từ đó bạn có thể tham gia một cách hiệu quả trên thế giới và di chuyển duyên dáng theo những làn sóng của cuộc sống. Tuy nhiên, trên hết, tôi hy vọng rằng cuốn sách này có thể đóng vai trò như một 'cầu nối' dẫn đến giác ngộ, cho dù bạn đang theo con đường Phật giáo hay bất kỳ truyền thống tâm linh đích thực nào khác. Đối với những ai đặc biệt quan tâm đến con đường Phật giáo, tôi nồng nhiệt khuyến khích bạn khám phá những tài liệu tham khảo ở cuối cuốn sách này, đặc biệt là bộ Tiết lộ Chân lý Thiêng liêng của bạn.

CHÚC MAY MẮN!

CHƯƠNG 1
CÁC CHUẨN BỊ

I. TẠI SAO THIỀN LẠI QUAN TRỌNG?

Tất cả chúng ta đều có tiềm năng vô hạn để phát triển tâm trí của mình nhưng hiện tại nó đang bị ảnh hưởng bởi sự hôn trầm, xao lãng và những cảm xúc không được kiểm soát, cũng như khả năng phát sinh những trạng thái này. Thiền có thể thanh lọc và tinh lọc tâm trí của chúng ta. Ở một mức độ nào đó, nó có thể giúp chúng ta có một cuộc sống hiệu quả, cân bằng, bình tĩnh và bình yên hơn. Ở mức độ sâu hơn, nó có thể giúp chúng ta phát triển sức mạnh tinh thần và sự tập trung mạnh mẽ. Nếu chúng ta có thể từ bỏ sự dính mắc của mình vào những lợi ích thế tục và phát triển lòng đại bi, điều đó có thể dẫn đến việc khám phá bản chất giác ngộ của chúng ta.

Chúng ta phải nhớ rằng thiền phát triển tâm thức phi vật chất. Ngày nay chúng ta bắt đầu hiểu rằng các hiện tượng tinh thần phát sinh từ một chiều kích ẩn giấu của thực tại, nó cơ bản hơn sự phân chia giữa tâm và vật chất. Đây là điều mà các Phật tử tin là *tâm vi tế*, và nhiều thiền giả đã trực tiếp khám phá ra điều này. Không giống như năm giác quan phụ thuộc vào các cơ quan nhất định của cơ thể, tâm trí vi tế này có thể được rèn luyện một cách vô hạn. Vì vậy, việc thực hành thiền có thể đưa đến những kết quả phi thường nếu chúng ta kiên trì thực hành.

Bạn có thể hỏi, thiền sẽ mang lại lợi ích gì cho bạn trong cuộc sống hàng ngày? Thứ nhất, phẩm chất cuộc sống của bạn phụ thuộc vào cách bạn nhìn nhận và phản ứng với mọi thứ, và điều này được quyết định bởi phẩm chất nhận thức có ý thức của bạn. Thực hành thiền có thể nâng cao điều này, vì vậy bạn có thể học cách tiếp cận cuộc sống từ một không gian bình tĩnh, sáng suốt, nhìn thấu, và hiểu biết hơn. Do đó, nó có thể giúp bạn cảm thấy hiện tại, có căn cứ và kết nối với tất cả trải nghiệm của bạn. Thay vì bị cuốn vào việc phản ứng với các sự kiện bên ngoài, bạn có thể ở vị trí tốt hơn để hiểu mọi thứ như hiện tại và phản ứng một cách khôn ngoan, với sự kiên nhẫn và lòng tốt đối với bản thân và người khác. Sau đó, bạn có thể khám phá sự tự do bên trong, nơi bạn có thể lựa chọn phản ứng của mình thay vì phản ứng, chống cự hoặc tìm kiếm sự phân tâm.

Ngoài ra còn có nhiều lợi ích sức khỏe của thiền. Chúng bao gồm cải thiện kỹ năng đối phó, trí nhớ, hiệu quả, ngủ ngon hơn, tăng phản ứng thư giãn, ít lo lắng và trầm cảm hơn, đồng thời giảm cơn đau mãn tính (vì bạn có thể học cách chỉ nhận thức được cơn đau mà không cần quan tâm đến nó). Nó cũng có thể làm giảm huyết áp và nhịp tim, cải thiện chức năng miễn dịch và mang lại nhiều lợi ích cho nhiều tình trạng thể chất, bao gồm bệnh tim, tiểu đường và ung thư.

Tuy nhiên, lợi ích lớn nhất của việc thực hành thiền đích thực là nó là chìa khóa mở ra cánh cửa giác ngộ, hay phát triển trí tuệ và từ bi vĩ đại. Điều này có vẻ là một khái niệm 'xa vời', nhưng nếu bạn thực sự phát triển kỹ năng thiền định, bạn sẽ nhìn cuộc sống từ một góc nhìn hoàn toàn mới và đánh giá cao cơ hội quý giá mà cuộc sống này mang lại cho bạn để khám phá sự thật về thực tại của bạn. Nếu bạn chân thành đặt chân vào cuộc hành trình này, chắc chắn bạn sẽ tìm thấy nhiều lợi ích khác trong cuộc sống của mình.

Trong cuốn sách này, tôi sẽ bắt đầu bằng việc định nghĩa thiền,

Một nhà sư đang thể hiện tư thế
thiền định bảy điểm của Vairochana

sau đó là phác thảo ngắn gọn về con đường thiền và cách chọn đối tượng thích hợp. Sau đó tôi sẽ mô tả phương pháp thiền thực tế, bắt đầu bằng cách thiết lập môi trường bên ngoài và bên trong phù hợp. Sau đó, lấy chánh niệm về hơi thở làm ví dụ, chúng ta sẽ thực hiện hành trình qua các giai đoạn thiền khác nhau dẫn đến sự tập trung hoàn hảo vào nhất điểm. Tiếp theo là phần tóm tắt về các chướng ngại đối với thiền định và các phương pháp giải độc cho chúng, tiếp theo là hướng dẫn cách thực hiện thiền phân tích và mô tả một số thực hành thiền nâng cao.

II. THIỀN LÀ GÌ?

Chữ 'thiền' được biết đến rộng rãi trên toàn thế giới. Tuy nhiên, ý nghĩa của nó thường bị hạn chế, bị hiểu sai và được trình bày theo cách hơi đơn giản, ít nhất là theo quan điểm của Phật giáo. Ý nghĩa của thiền bao la như đại dương và bao gồm cả kho tàng kỹ năng và phương pháp. Không cần thiết phải hiểu nhiều ý nghĩa của nó ở giai đoạn này, tuy nhiên điều quan trọng là phát triển quan điểm đúng đắn về thiền và hiểu được những điểm cơ bản nhất.

Đầu tiên, chữ thiền trong tiếng Tây Tạng là *gom*, có nghĩa là cả sự quen thuộc và quá trình trở nên quen thuộc. Từ quan điểm Phật giáo, điều đó có nghĩa là học cách nhận biết và làm quen với quan điểm về thực tại phản ánh bản chất thực sự của trải nghiệm của bạn, và qua đó bạn phát triển trí tuệ và lòng từ bi. Khi bạn thực hành thiền theo cách này, bạn sẽ trở nên quen với cảm giác chân thật hơn về con người thực sự của mình và bạn làm cho quan điểm này trở nên vững chắc và ổn định hơn khi sự tập trung của bạn phát triển. Thay vì chỉ là một thứ gì đó trí tuệ, quan điểm này có thể trở thành một phần thực tế sống động của bạn.

Ở mức độ đơn giản, chúng ta có thể coi thiền như một *công cụ* để mang lại sức khỏe tinh thần và cảm xúc cũng như để đạt được sự cân bằng trong cuộc sống. Trong thế giới hiện đại, chúng ta thường mang trong mình nhiều căng thẳng, bị thúc đẩy bởi thói quen suy nghĩ cưỡng bức và một nền văn hóa khuyến khích chúng ta tiến lên. Khi đó, thiền có thể là một công cụ (giúp bạn) hạ xuống một cách duyên dáng và khám phá lại điểm cân bằng nơi bạn có thể chọn tĩnh lặng và phục hồi năng lượng của mình. Bằng cách tìm ra điểm cân bằng này, bạn có thể trở nên hiệu quả và sáng suốt hơn khi đến lúc phải di chuyển và hành động trong thế giới, cũng như trong công việc và cuộc sống gia đình. Điều này giống như biết bãi biển ở đâu và có thể quay lại bãi biển đó bất cứ khi nào bạn muốn, khi bạn bơi trong đại dương cuộc sống và gặp phải những điều kiện đôi khi êm đềm, đôi khi lại hoang dã và giông bão. Bạn cũng có thể tưởng tượng một chiếc túi mà bạn đang mang bên mình. Lúc đầu nó khá nhẹ, nhưng nếu bạn cứ cầm nó bằng cùng một cánh tay trong nhiều giờ, nó sẽ ngày càng nặng hơn sau mỗi phút trôi qua. Điều này tương tự như sự căng thẳng mà chúng ta mang theo bên mình - tất cả những câu chuyện, nỗi sợ hãi, lo lắng, căng thẳng và trách nhiệm của chúng ta. Thiền cho phép bạn đặt chiếc túi xuống và sau đó bạn có thể nhặt nó lên một cách dễ dàng, tràn đầy năng lượng và sáng suốt hơn nhiều.

Có hai cấp độ thiền chính: *shamatha* (còn được gọi là an tịnh) và *vipassana* (hoặc thấy rõ). Shamatha đề cập đến kỹ thuật thiền định nhất tâm, trong đó bạn tập trung chăm chú vào một đối tượng duy nhất để 'làm quen với nó' và nhờ đó hợp nhất và tập trung tâm trí; do đó nó trở nên ổn định hơn nhiều so với tâm trí bình thường. Nó cũng mô tả trạng thái tâm hỷ lạc và không xao lãng là kết quả của việc thực hành shamatha. Trong khi đó, Vipasyana đề cập đến thiền minh sát. Điều này nhấn mạnh đến sự hiểu biết bản chất thực sự của tâm và các hiện tượng.

Nếu chúng ta nghĩ về một ngọn nến, shamatha giống như sự ổn định của ngọn lửa và vipasyana giống như độ sáng của ngọn lửa. Để nhìn rõ hình ảnh bạn cần ngọn lửa vừa ổn định vừa sáng. Tương tự như vậy, để khám phá bản chất thực sự của trải nghiệm của mình, bạn cần một tâm trí vừa bình tĩnh vừa sáng suốt. Tuy nhiên, điều này không có nghĩa là shamatha và vipassana hoàn toàn tách biệt. Nhiều giảng viên ví hai phương pháp này giống như hai đầu cây gậy hoặc hai mặt bàn tay. Bạn càng phát triển sự bình tĩnh và tập trung bao nhiêu thì bạn càng có nhiều khả năng phát triển tuệ giác bấy nhiêu. Bạn càng phát triển tuệ giác sâu sắc thì tâm trí bạn càng dễ dàng tập trung và bình tĩnh hơn. Tuy nhiên, để loại bỏ hoàn toàn những cảm xúc và trạng thái tinh thần có hại, điều cần thiết là cả hai đều phải có mặt. Đây được gọi là *sự hợp nhất* của shamatha và vipassana.

Tất cả các loại thiền đều theo cùng một phương pháp cơ bản:

1. Làm dịu cơ thể;
2. Tập trung vào đối tượng bạn đã chọn;
3. Khi ý nghĩ hay cảm xúc đến, chỉ quan sát và nhận biết chúng; và
4. Nhẹ nhàng đưa tâm trở lại đối tượng.

Thiền định Shamatha nhấn mạnh bước thứ hai, khi bạn rèn luyện bản thân để trở nên quen thuộc với một tâm trí ổn định hoặc quá quen thuộc với một đối tượng đến mức những tư tưởng xao lãng trở nên rất vi tế và cuối cùng không còn nảy sinh nữa. Thiền minh sát chủ yếu nhấn mạnh đến bước thứ ba, khi bạn học cách theo dõi những suy nghĩ và cảm xúc với nhận thức đầy đủ hoặc xem xét bản chất của chúng. Với cả hai phương pháp, điều quan trọng là bạn không cố gắng 'ngăn chặn' những suy nghĩ hoặc cảm xúc mà thay vào đó hãy nhận biết chúng và nhẹ nhàng đưa tâm trí bạn trở lại đối tượng thiền.

Bốn bước này cũng bao gồm ba kỹ năng chính mà bạn sẽ phát triển dần dần khi học thiền. Đầu tiên là *thư giãn*, nơi cơ thể học cách buông bỏ mọi căng thẳng thường ngày và cảm thấy 'rộng lớn'. Thứ hai là *chánh niệm*, sự tập trung của tâm trí vào đối tượng thiền, nhờ đó tâm trí trở nên 'ngập đầy' đối tượng. Kỹ năng cuối

Ba kỹ năng thiền chính: thư giãn, chánh niệm,
và nhận thức hoặc cảnh giác

cùng là *nhận thức* hay *cảnh giác*, đề cập đến một khía cạnh của tâm trí đóng vai trò là người canh gác cảnh giác, kiểm tra xem bạn có chánh niệm hay không và làm cho đối tượng ngày càng sinh động hơn. Nó cũng cảnh báo bạn nếu bạn đang rơi vào trạng thái hôn trầm, loạn động hoặc những trở ngại khác, đồng thời duy trì nhận thức dễ tiếp thu về các đối tượng ở hậu cảnh như hình ảnh và âm thanh. Ba phẩm chất này giống như rễ, thân và lá của một cái cây. Khi sự thực hành của chúng ta phát triển, gốc rễ của sự thư giãn sẽ đi sâu hơn, thân chánh niệm mạnh mẽ hơn và tán lá cảnh giác vươn cao hơn..

III. TỔNG QUAN VỀ CON ĐƯỜNG THIỀN ĐỊNH

Thực hành thiền định bắt đầu khi bạn làm rõ động cơ của mình và đạt được sự hiểu biết triết học về việc thực hành này có thể dẫn bạn đến đâu. Việc thiết lập nền tảng vững chắc về đạo đức, kỷ luật và sự cân bằng trong cuộc sống cũng rất hữu ích. Đối với một số người, điều này có thể có nghĩa là đơn giản hóa cuộc sống để có không gian cho việc thực hành thiền định và đối với những người khác, điều này có thể có nghĩa là trở nên tích cực hơn trong cuộc sống. Đối với những người khác, điều đó có thể có nghĩa là vào tu viện hoặc lựa chọn tuân thủ một bộ giới luật cụ thể. Nền tảng kỷ luật này giúp bạn phát triển chánh niệm trong cuộc sống hàng ngày. Động cơ mà bạn tham gia vào việc thực hành thiền định có thể là để mang lại lợi ích cho bản thân trong cuộc sống này, để đạt được sự giải thoát khỏi đau khổ hoặc đạt được sự giác ngộ hoàn toàn vì lợi ích của tất cả chúng sinh. Mỗi động lực đều có giá trị như nhau và chúng ta không thể nói cái này tốt hơn cái kia, tuy nhiên, một động lực lớn hơn có thể dẫn đến nhiều lợi ích hơn.

Nói chung, bạn bắt đầu bằng cách chọn một đối tượng thiền thích hợp (dù là một hay nhiều) và tiến hành thiền tập trung nhất tâm để đạt được *tâm shamatha*. Bạn tiến bộ dần dần qua chín trạng thái hoặc giai đoạn chú ý, dẫn đến trạng thái bình yên ổn định và sự tập trung hoàn hảo, có thể hướng vào bất kỳ đối tượng nào bạn chọn. Những người đạt được shamatha sẽ thoát khỏi cảm xúc và có thể duy trì trạng thái tâm trí bình yên trong một thời gian dài. Thiền định này là phổ biến cho cả truyền thống Phật giáo và không Phật giáo. Nếu bạn đạt được một số tiến bộ trong việc đạt được sự tập trung nhất tâm, bạn sẽ khám phá được trạng thái bình an tuyệt vời trong khi thiền định và nhận thấy nhiều lợi ích trong cuộc sống hàng ngày của mình.

Nếu bạn không dính mắc vào trạng thái tâm an bình này và có can đảm, tinh tấn để tiến bộ hơn nữa, bạn sẽ đạt đến giai đoạn mà bạn có động lực cao độ để tiếp tục thực hành, được truyền cảm hứng từ nhiều trải nghiệm an vui và hỷ lạc. Điều này có thể dẫn đến việc đạt được trạng thái tập trung cực kỳ tinh tế được gọi là *jhana*. Đây là những trạng thái tâm trí vô cùng hạnh phúc, hoàn toàn say mê mà trong đó bạn hoàn toàn không nhận thức được bất kỳ thực tế bên ngoài nào.

Kết quả của việc thực hành shamatha hoặc jhana có thể là sự đạt được thành tựu thế tục hoặc 'luân hồi', có nghĩa là cuối cùng nó có thể không dẫn đến sự giải thoát khỏi đau khổ. Ngoài ra, ít nhất là theo quan điểm của Phật giáo, với động cơ và trí tuệ đúng đắn, sự đạt được này có thể hướng tới sự giác ngộ. Từ quan điểm này, shamatha không phải là mục tiêu cuối cùng mà đúng hơn là một bước cơ bản để khám phá cái nhìn sâu sắc thực sự về bản chất trải nghiệm của bạn. Khi đó bạn thực sự có thể vượt qua mọi cảm xúc và trạng thái tinh thần tiêu cực, đạt được sự giải thoát hoàn hảo và lâu dài khỏi trải nghiệm đau khổ.

Một số người phát triển tâm tĩnh lặng của shamatha trước rồi đến tuệ giác trong khi những người khác phát triển tuệ giác trước rồi mới phát triển thiền định ổn định. Trong khi đó, những người khác lại phát triển định tĩnh và tuệ giác cùng một lúc, hoặc song song, trong khi ở những người khác, cần rất nhiều kiên trì để có thể ổn định tâm trí và trau dồi đạo lô.

IV. CHỌN MỘT ĐỐI TƯỢNG THIỀN

Để tìm được con đường thiền phù hợp nhất với bạn, điều quan trọng là phải tìm được một hoặc nhiều đối tượng thiền phù hợp với loại tính cách của bạn. Lý tưởng nhất đó là một đối tượng mà bạn sẽ yêu thích. Bạn có thể chọn đối tượng này dựa trên kinh nghiệm hoặc sở thích của mình hoặc giảng viên có thể giới thiệu một đối tượng cho bạn. Một đối tượng cụ thể thường được chọn để giúp bạn khắc phục một điểm yếu cụ thể hoặc vì nó phát huy điểm mạnh của bạn. Ví dụ, nếu bạn có tính nóng nảy, việc quán chiếu tâm từ có thể là một đối tượng rất thích hợp vì nó có tác dụng như một liều thuốc giải độc cho cơn giận. Nếu bạn thuộc loại cá tính nhiều *cảm tính*, bạn có thể bị thu hút bởi lòng từ ái hoặc các thực hành sùng đạo vì một lý do khác, vì loại đối tượng này sẽ phù hợp với tính cách của bạn. Tương tự như vậy, những loại (cá tính) *suy nghĩ* có thể bị thu hút bởi một số hình thức thiền phân tích nhất định, và những loại (cá tính) *cảm giác* có thể được hưởng lợi từ các kỹ thuật nhấn mạnh vào chánh niệm về cơ thể hoặc nhận thức giác quan.

Một điều cần cân nhắc nữa là khi bạn thiền định để đạt được sự tập trung nhất tâm, khi khả năng tập trung của bạn được cải thiện, bạn có thể chọn một đối tượng ngày càng vi tế hơn. Lúc đầu, một đối tượng chuyển động như đi bộ chậm hoặc thở có thể là phù hợp nhất, tuy nhiên đến một thời điểm nào đó, tốt hơn nên tập trung vào một đối tượng ổn định, bất động như một hình ảnh thiêng liêng hoặc một đối tượng tinh thần được quán tưởng.

Theo Phật giáo Đại thừa và Kim Cương thừa, có vô số đối tượng thiền phù hợp với nhiều loại chúng sinh khác nhau nhằm phát triển sự tập trung nhất tâm. Trong khi đó, giáo lý Nguyên thủy mô tả bốn mươi đối tượng thiền quán khác nhau để phù hợp với những người có tính khí khác nhau.

Chúng ta có thể chia hầu hết các đối tượng thiền thành tám loại:

1. Thiền thở (thở tự nhiên và thở có kiểm soát).

2. Những hình dung (chẳng hạn như hình ảnh của Đức Phật hoặc những vật thể nhìn thấy được gọi là *kasinas* tượng trưng cho bốn yếu tố và bốn màu sắc).

3. Thiền định thần chú (trong đó một âm thanh hoặc một nhóm âm tiết được lặp lại, thường cùng với một hình ảnh).

4. Thiền chuyển động (chẳng hạn như đi bộ chậm hoặc yoga).

5. Thiền về các trung tâm năng lượng hoặc luân xa.

6. Thiền Jhana (trạng thái thiền định rất sâu).

7. Thiền định phân tích (bao gồm các quán niệm như vô thường, lòng từ bi hay những lời cầu nguyện và thực hành sùng mộ, cũng như đặt câu hỏi về bản chất thực sự của thực tại).

8. Thiền định nhận thức rộng mở (bao gồm nhận thức rộng mở về nội dung của tâm trí hoặc thực hành phòng tối từ Mật điển Kalachakra)

Sáu phạm trù đầu tiên nhấn mạnh đến sự phát triển sự tập trung nhất tâm, trong khi hai phạm trù cuối cùng nhấn mạnh đến tuệ giác; tuy nhiên mỗi phạm trù có thể dẫn đến cả sự tập trung và cái nhìn sâu sắc. Ví dụ, thực hành trong phòng tối Kalachakra được sử dụng để đạt được shamatha bằng cách tập trung vào trạng thái vô niệm, và ở một giai đoạn nhất định, điều này dẫn đến cái nhìn sâu sắc trực tiếp vào bản chất thực sự của thực tại.

Nếu tâm trí của bạn chủ yếu bị ảnh hưởng bởi những suy nghĩ quá mức hoặc bạn có 'tính khí hay suy đoán', điều này khá phổ biến với lối sống bận rộn và căng thẳng của chúng ta, thì việc tập trung vào luồng hơi thở tự nhiên có thể là một cách hiệu quả để khiến tâm trí tĩnh lặng và thư giãn cơ thể. Nhận thức về cảm giác và

Thiền hành tập trung vào nhận thức về mặt đất

cảm giác bên trong cũng có thể giúp đạt được trạng thái thư giãn hơn, cũng như chánh niệm về chuyển động của cơ thể như khi đi bộ chậm hoặc tập yoga. Đối với thiền hành, bạn nên tập trung chăm chú vào từng khoảnh khắc chuyển động của mỗi bàn chân, và bạn có thể muốn đồng bộ điều này với hơi thở ('hít vào nhận biết bàn chân trái, thở ra nhận biết bàn chân phải') hoặc có thể là một thần chú (*bud-dho* được sử dụng trong truyền thống Thái Lan, với một âm tiết được đọc thầm trong mỗi bước). Việc sử dụng hơi thở làm đối tượng thiền sẽ được mô tả chi tiết ở phần sau của cuốn sách này.

Nếu cảm xúc phiền não chiếm ưu thế của bạn là thù ghét hay sân hận thì lòng từ, còn gọi là *tâm từ*, có thể là một đối tượng tốt để thiền quán. Tương tự như vậy, thiền về niềm vui thông cảm có thể là một đối tượng thích hợp nếu bạn có xu hướng ghen tị. Để thiền định về lòng từ, bạn nên nhận ra rằng tất cả chúng sinh đều đang tìm kiếm hạnh phúc, giống như chính bạn, và nuôi dưỡng ước muốn người khác tìm thấy hạnh phúc đích thực và nguyên nhân của hạnh phúc. Thiền định này là nền tảng cho những quán niệm cao cấp hơn về tình yêu thương và lòng bi mẫn được trình bày trong truyền thống Phật giáo Đại thừa.

Mặt khác, nếu tham luyến hay dục vọng là phiền não chủ yếu của bạn, thì một phương pháp hiệu quả là nhớ đến một người đáng mơ ước và nghĩ đến tất cả những đặc điểm không hấp dẫn của cơ thể như thịt, xương, nội tạng, mủ, máu và nước tiểu. Bạn cũng có thể nhớ lại các giai đoạn phân hủy khác nhau của xác chết con người, mà giáo lý Nguyên thủy mô tả trong chín giai đoạn được gọi là *quán chín nghĩa địa*. Mặc dù điều này nghe có vẻ ghê tởm, nhưng những người thực hiện hình thức thiền này thường ngạc nhiên rằng trải nghiệm của họ khá hỷ lạc, vì hỷ lạc xuất hiện một cách tự nhiên một khi dục vọng phiền não bị loại bỏ.

Những đối tượng thích hợp cho những người có bản chất thành tín (loại cảm giác) bao gồm niệm Phật và Tam Bảo, chư Bổn tôn và đức hạnh như sự bố thí. Điều này đặc biệt có thể áp dụng cho những người có nền tảng về Cơ đốc giáo hoặc các tôn giáo dựa trên đức tin khác, những người bị thu hút bởi sự cầu nguyện hoặc thực hành sùng đạo. Mặt khác, đối với những người thuộc loại tư duy, đối tượng phù hợp bao gồm chánh niệm về cái chết và vô thường, quán thân như một tập hợp các yếu tố và quán về sự phụ thuộc lẫn nhau. Những suy ngẫm này cũng có thể là liều thuốc giải độc cho sự kiêu căng hoặc ngạo mạn.

Một phương pháp quán tưởng hiệu quả, kết hợp một số đối tượng này, là nhận thức được rằng cơ thể bạn có nguồn gốc từ phiền não và các nghiệp báo, rồi quán tưởng nó như một tập hợp bất tịnh của thịt, xương, máu, mủ, phân và bất kỳ đặc tính nào khác mà bạn có thể nghĩ tới. Ở trung tâm trái tim, hãy hình dung một ánh sáng rực rỡ tượng trưng cho bản chất giác ngộ của bạn đang từ từ tỏa ra khắp cơ thể. Tâm duy trì sự tập trung nhất tâm theo ánh sáng mà không xao lãng và toàn bộ cơ thể bạn trở thành ánh sáng chói lọi không thể phá hủy. Điều này tượng trưng cho sự thanh lọc hoàn toàn và sự đạt được dần dần bản chất giác ngộ của bạn.

Chừng nào động lực của bạn còn trong sáng và quan điểm của bạn đúng đắn thì thiền định Mật tông bao gồm quán tưởng và thần chú có thể là một cách thực hành rất hiệu quả. Những điều này có thể đặc biệt phù hợp với những người có kiểu cá tính *trực quan*. Thiền định bao gồm quán tưởng và thần chú (được gọi là *du già bổn tôn* hay *giai đoạn phát triển*) có thể kết nối bạn với một khía cạnh của bản chất giác ngộ của bạn, và một vị bổn tôn cụ thể có thể phù hợp với một tính khí cụ thể. Ví dụ, thần chú Văn Thù OM AH RA PA DZA NA DHI có thể được sử dụng để phát triển trí tuệ và thần chú Chenrezig OM MA NI PAD ME HUNG có thể được sử dụng để khơi dậy lòng bi mẫn. Thần chú Vajrapani, HUNG VAJRA PHET, có thể giúp bạn phát khởi năng lực và sức mạnh từ bi. Trong khi đó, thần chú của Phật Dược Sư có thể giúp bạn tự chữa lành vết thương để có thể mang lại lợi ích cho người khác: TAYATA

OM BEKANZE BEKANZE MAHA BEKANZE RADZA SAMUDGATE SVAHA. Cuối cùng, thần chú Tara Trắng OM TARE TUTARE TURE SVAHA có thể kết nối bạn với phẩm chất nữ tính của tình yêu và cuộc sống lâu dài. Mỗi thực hành này đều gắn liền với một hình dung cụ thể, chi tiết về nó có thể được tìm thấy trong nhiều văn bản khác nhau. Bất cứ ai có động cơ đúng đắn đều có thể nhận được một số lợi ích từ việc trì tụng những câu thần chú này; tuy nhiên, chúng mạnh mẽ hơn nếu bạn đã nhận được quán đảnh hoặc đã thực hiện một nghiên cứu cụ thể.

Các trung tâm năng lượng hay *luân xa* là một đối tượng thiền khác, mặc dù nhìn chung trong Phật giáo, chúng là một phần của các thực hành khá cao cấp thường đòi hỏi phải hoàn thành một số giai đoạn chuẩn bị nhất định (được gọi là *giai đoạn hoàn thiện*). Thực hiện những thực hành này như người mới bắt đầu cũng giống như xây một ngôi nhà không có nền móng vững chắc và khó có thể mang lại nhiều lợi ích. Một số trường phái yoga không theo đạo Phật cung cấp các phương pháp mạnh mẽ để kích hoạt các luân xa và có thể rất hiệu quả đối với một số loại người. Tuy nhiên, nếu bạn đang hướng tới sự giác ngộ, bạn phải điều tra cẩn thận xem có sự khác biệt nào giữa quan điểm của Phật giáo và quan điểm của yoga hay không, đồng thời tự hỏi con đường nào sẽ mang lại lợi ích lâu dài nhất cho bạn.

Điều cần cân nhắc cuối cùng là chọn một (hoặc nhiều) đối tượng thiền giúp bạn phát triển sự tập trung theo cách mà bạn có thể tích hợp điều này vào trải nghiệm cuộc sống hàng ngày của mình. Do đó, chánh niệm về thời điểm hiện tại hoặc nhận thức rộng mở có thể là một phương pháp rất thực tế, vì trải nghiệm của bạn trong cuộc sống sẽ phản ánh trải nghiệm của bạn trong thiền định. Công việc hàng ngày của bạn cũng có thể trở thành một hình thức thiền định – thường thì bạn sẽ thấy mình ở trạng thái 'dòng chảy' khi công việc của bạn không quá nhàm chán (dẫn đến buồn tẻ) hoặc quá thử thách (dẫn đến căng thẳng và kích động). Thực ra, Đức Phật từng dạy một bà già muốn thiền phải luôn ý thức được mọi chuyển động của bàn tay bà khi bà múc nước từ giếng, và điều này đã trở thành thói quen hàng ngày của bà.

Bạn cũng sẽ nhận thấy nhiều chu kỳ khác nhau trong ngày khi một số đối tượng thiền có thể phù hợp hơn những đối tượng khác. Nếu bạn quan sát kỹ các chu kỳ tự nhiên của cơ thể, bạn sẽ thấy rằng tâm trí và cơ thể luân phiên giữa các giai đoạn chuyển động (hoặc tiêu hao năng lượng) và tĩnh lặng (phục hồi năng lượng). Trong các giai đoạn chuyển động, sẽ hiệu quả hơn nếu sử dụng một đối tượng thiền trong đó tâm trí chúng ta được 'hướng' hoặc dẫn vào một hướng rõ ràng, chẳng hạn như thiền phân tích, thần chú hoặc đếm hơi thở. Trong những khoảng thời gian tĩnh lặng, bạn có thể thích thiền "dễ tiếp thu" hơn, vì tâm trí sẽ bình tĩnh, cởi mở và hạnh phúc hơn một cách tự nhiên. Bạn thậm chí có thể học cách thiền trong trạng thái mơ và ngủ sâu, và điều này có thể dẫn đến khả năng duy trì nhận thức liên tục cả ngày lẫn đêm.

V. TẠO MÔI TRƯỜNG ĐÚNG ĐẮN

Để một hạt giống phát triển thành cây, chúng ta cần nhiều điều kiện khác nhau như đất đai màu mỡ, ánh nắng và mưa. Tương tự như vậy, để rèn luyện tâm trong thiền định, chúng ta cần có nhiều điều kiện bên ngoài và bên trong khác nhau. Điều này bao gồm đúng vị trí, đúng tư thế, đúng trạng thái của tâm hay ý định và các thực hành sơ khởi để làm tâm an tịnh.

(i) Địa điểm Đúng

Trước hết, điều hữu ích là chuẩn bị một địa điểm thuận lợi cho việc hành thiền: yên tĩnh, sạch sẽ, không bừa bộn, thuận lợi và không bị gián đoạn hay xao lãng. Một số địa điểm nhất định phù hợp với các loại thực hành khác nhau – chẳng hạn như môi trường rừng yên bình có thể giúp phát triển sự an tĩnh và tập trung, trong khi một nơi có tầm nhìn rộng mở có thể là nơi hiệu quả để trau dồi tuệ giác. Mặc dù môi trường ồn ào hoặc có nhiều phiền nhiễu có thể là trở ngại cho người mới bắt đầu, nhưng nếu bạn có thể phát triển một phương pháp thực hành thiền tốt bất chấp những thử thách như vậy thì điều này thực sự có thể dẫn đến thành tựu lớn hơn.

Khi bắt đầu thiền, tốt nhất nên tuân thủ một thời khóa biểu nghiêm ngặt và tổ chức các buổi thiền ở cùng một địa điểm, tập trung vào cùng một đối tượng. Lượng thời gian bạn dành cho việc hành thiền trong mỗi lần thực hành tùy thuộc vào khả năng và tâm trạng của bạn. Năm đến mười lăm phút mỗi buổi là thời điểm tốt để bắt đầu và lý tưởng là vài lần mỗi ngày.

(ii) Tư Thế Đúng

Điều quan trọng nữa là phải biết những yếu tố của tư thế có lợi nhất cho tâm trí ổn định, bởi vì tâm thô thiển tạm thời liên kết và bị ảnh hưởng bởi cơ thể khi bạn còn sống. Sự phát triển tinh thần cũng tạm thời gắn liền với cơ thể cho đến khi bạn bỏ nó lại vào lúc chết. Trong tất cả các thực hành Phật giáo, vật chất được coi là phương tiện hữu ích để đạt được mục đích trong cuộc đời tạm bợ này. Theo cách này, cơ thể giống như một chiếc thuyền và thiền sinh giống như một hành khách. Hành khách phải phụ thuộc vào thuyền khi vượt biển và nếu không có thuyền thì hành khách có thể bị chết đuối hoặc không vào được đất liền. Tuy nhiên, khi đã đến đích, con thuyền không còn hữu dụng nữa.

Bạn có thể thiền trong khi ngồi, nằm, đi hoặc đứng—và mỗi tư thế này có thể được sử dụng một cách trang trọng hoặc thân mật.

Để ngồi, bạn nên sử dụng một chiếc ghế có đệm lưng thẳng thoải mái hoặc một chiếc ghế hoặc đệm thiền. Hai tay đặt trong lòng, hoặc trên đùi, lưng thẳng như mũi tên và cằm hơi hếch vào trong. Khi nằm, nếu tâm trí xao động có thể nằm ngửa, hai tay để bên cạnh. và mở rộng tay (tuy nhiên bạn nên tránh tư thế này nếu đầu óc bạn uể oải). Để hỗ trợ tinh thần minh mẫn hơn, bạn có thể nằm nghiêng về bên phải, tay phải đặt dưới mặt, hai chân khép lại, đầu gối hơi cong và cánh tay trái xuôi theo bên trái của cơ thể. Khi đi và đứng, bạn nên nắm hai tay ngay bên trái, phía trước người hoặc có thể đan xen các ngón tay nếu thấy khó khăn. Hãy chắc rằng có tư thế thẳng đứng nhưng thoải mái, bạn nên để cánh tay buông thống tự nhiên.

Sẽ rất hữu ích nếu biết chi tiết các yếu tố của tư thế ngồi vì đây là tư thế dẫn đến thiền hiệu quả nhất, điều này cần thiết nếu bạn quyết tâm đạt được trạng thái tập trung cao độ. Nó bao gồm bảy đặc điểm và được gọi là *tư thế bảy điểm của Phật Vairochana*. Bảy tính năng này bao gồm:

1. Chân (bắt chéo)

Lý tưởng nhất là nên bắt chéo hai chân trong *tư thế kim cang*, với bàn chân trái đặt trên đùi phải và bàn chân phải đặt trên đùi trái. Nếu tư thế này quá khó, bất kỳ tư thế bắt chéo chân thoải mái nào cũng được, tuy nhiên, hãy lưu ý rằng bạn sẽ đạt được sự ổn định và tự chủ hơn nếu mông nâng lên sao cho hông nghiêng về phía trước. Vì cơ thể chúng ta rất nhạy cảm với môi trường xung quanh, nên khi ngồi trên mặt đất, bạn có thể cảm nhận được năng lượng to lớn liên quan đến trái đất bao la bên dưới, đang hỗ trợ hoặc ôm giữ bạn. Một tư thế bắt chéo chân tốt mang lại sự cân bằng thể chất tuyệt vời và cũng tượng trưng cho sự cân bằng hoặc sự kết hợp giữa phương pháp và trí tuệ.

Điều quan trọng không kém của việc ngồi đúng tư thế là phải thoải mái. Tư thế ngồi tối ưu góp phần vào sự phát triển thiền định của bạn nhưng ngồi thoải mái có nghĩa là bạn sẽ ít bị phân tâm hơn khi thiền và bạn sẽ thấy cơ thể thư giãn dễ dàng hơn nhiều. Vì vậy, bạn có thể chọn ngồi trên ghế, hai chân thả lỏng, đầu gối vuông góc, mông tựa chắc chắn vào ghế, nhớ giữ thẳng lưng.

2. *Tay (trong lòng)*

    Bàn tay phải đặt lên trên lòng bàn tay trái ngửa lên, đặt nhẹ nhàng trên đùi (đối với thiền sinh nữ đặt bàn tay trái lên trên bàn tay phải có thể sẽ hiệu quả hơn). Đầu ngón tay cái phải chạm nhẹ vào phía dưới rốn. Vị trí của bàn tay thể hiện sự thống nhất giữa phương pháp và trí tuệ trong quá trình thực hành của bạn. Bạn sẽ cảm thấy một cảm giác thư giãn từ vai đến cổ tay và xuống bàn tay cho phép mọi căng thẳng ở phần trên cơ thể của bạn được thư giãn.

3. *Lưng (cột sống thẳng)*

    Thân phải được giữ thẳng như một mũi tên hay một đống tiền vàng, không nghiêng sang một bên, lùi hoặc tiến. Điều này có tác động to lớn đến các luồng gió bên trong, là những chuyển động vi tế của năng lượng lưu thông trong cơ thể và tâm trí, liên quan chặt chẽ đến hơi thở và có thể được sử dụng với hiệu quả lớn trong một số phương pháp thực hành nâng cao. Lưng thẳng còn giúp đầu óc bạn luôn tỉnh táo và chú ý. Bạn nên cố gắng cảm nhận sự cân bằng và rõ ràng từ bên trong cơ thể từ đỉnh đầu đến chân. Bạn có thể điều chỉnh một chút trong suốt quá trình thiền để đảm bảo tư thế của bạn được cân bằng và thẳng thắn. Mục tiêu là giữ yên, thư giãn và tỉnh táo; cứng nhắc và bất động là một chướng ngại cho nhận thức.

4. *Vai và khuỷu tay (nghiêng về phía sau và hơi cách xa cơ thể)*

    Vai và cánh tay nên lùi lại một chút và hơi cong sao cho nằm đều ở hai bên cơ thể, giúp phổi giãn nở chính xác và hỗ trợ thở trong khi thiền. Khuỷu tay nên cách xa cơ thể một chút.

5. **Đầu và cổ (cằm hơi hạ xuống)**
    Đầu không được quá cao và cũng không được cúi xuống quá nhiều. Giữ đầu thẳng và ở giữa, cằm hơi hóp vào và mũi giữ thẳng với rốn. Cố gắng không uốn cong cổ sang một bên hoặc về phía sau.

6. *Miệng (mặt thư giãn và đầu lưỡi chạm vào vòm miệng trên)*
    Răng và môi phải được giữ ở vị trí tự nhiên, răng hầu như không chạm vào nhau. Điều quan trọng là giữ cho khuôn mặt và hàm được thư giãn và yên bình, điều này sẽ ngăn ngừa việc nuốt quá nhiều. Đầu lưỡi nên đặt nhẹ nhàng phía sau hàm răng trên, giúp trí óc sắc bén, chống khô và chảy dãi. Nếu tâm trí bạn khá kích động và khó đạt được trạng thái bình tĩnh, việc đặt lưỡi phía sau hàm răng dưới có thể giúp thư giãn và làm dịu tâm trí.

7. *Mắt (nhìn qua chóp mũi)*
    Mắt không nên mở quá rộng và cũng không nên nhắm hoàn toàn. Nếu chúng mở quá rộng, bạn có thể dễ dàng bị phân tâm, còn nếu khép kín hoàn toàn, tâm trí bạn có thể trở nên mù mờ hoặc trì trệ. Tuy nhiên, khi bắt đầu, việc nhắm mắt nhẹ nhàng có thể giúp cơ thể bạn rơi vào trạng thái thư giãn sâu hơn. Sau khi thiền như vậy một lúc, bạn sẽ thấy mình tự nhiên trở nên cân bằng hơn và có thể muốn mở mắt ra một chút. Ngoài ra, khi một đối tượng được quán tưởng được sử dụng làm tiêu điểm cho thiền định, hoặc khi tâm trí quá kích động, điều quan trọng là bạn phải nhắm mắt lại.

    Có nhiều phương pháp khác nhau để hướng cái nhìn của bạn. Phương pháp đầu tiên là nhìn thẳng vào trước mặt bạn vào bất kỳ màu sắc nào không quá sáng, hoặc một vật dễ chịu hay thánh thiện như một bông hoa hay hình ảnh của Đức Phật. Phương pháp thứ hai (và phổ biến hơn) là hướng mắt xuống dưới, nhẹ nhàng và bình thản nhìn vào khoảng không phía trước chóp mũi một chút. Đừng tập trung quá mạnh, hãy giữ cho mắt bạn đứng yên và để chớp mắt tự nhiên. Hai phương pháp này phù hợp cho người mới bắt đầu. Các phương pháp thiền cụ thể khác bao gồm việc nhìn lên trên với đôi mắt mở to vào không gian bao la, điều này trên thực tế có thể xảy ra một cách tự nhiên khi tâm trí đã đạt đến một mức độ tĩnh lặng nhất định và cái nhìn sâu sắc rõ ràng bắt đầu nảy sinh. Một phương pháp khác, được thực hành rộng rãi theo truyền thống Jonang của Phật giáo Tây Tạng, là thiền định trong một căn phòng hoàn toàn tối, mắt mở to và nhìn lên trên, tập trung khoảng 12 inch trước trán vào bóng tối bao trùm.

Bất cứ ai kiên trì thực hành tư thế này một cách chính xác, dù ban đầu nó có vẻ khó khăn hay đau đớn đến đâu, cuối cùng sẽ thấy nó vô cùng thoải mái và có lợi cho sức khỏe. Tuy nhiên, lợi ích chính là nó sẽ hỗ trợ việc thực hành thiền định và phát triển tinh thần của bạn về lâu dài. Nếu bạn không thực sự quan tâm đến việc thực hành chuyên sâu và đạt được shamatha, thì cũng có thể hiệu quả nếu thực hành ở bất kỳ tư thế nào mà bạn thấy thoải mái và dễ thư giãn.

(iii) Thái độ đúng đắn

Có nhiều "điều kiện bên trong" cần thiết để thực hành thiền thành công. Theo giáo lý Nguyên thủy, xuất ly là điều kiện quan trọng nhất - điều này có nghĩa là nhận ra sự thật về đau khổ và xem thiền như một công cụ để vượt qua trải nghiệm đau khổ của bạn. Một số người tập thiền với ý nghĩ này nhưng lại quên mất ý định này và trở nên tự mãn khi việc thực hành của họ tiến triển tốt hoặc cuộc sống của họ được cải thiện. Đức Phật ví điều này giống như một người đang tìm lõi cây nhưng lại cắt cành hoặc vỏ cây rồi mang đi vì cho rằng đây là lõi cây.

Trong truyền thống Tây Tạng, Đức Karmapa thứ chín mô tả bốn điều kiện cần thiết để thiền định thành công - sự xuất ly, sự nương tựa vào một vị thầy Pháp đủ phẩm tính, một quan điểm phi bộ phái và một tâm trí thoát khỏi những mong đợi. Nếu bạn đang theo con đường Đại thừa, điều quan trọng là phải xem sự giác ngộ của người khác quan trọng hơn sự giải thoát của chính bạn, nhớ lại động cơ đặc biệt của bồ đề tâm và cầu khẩn sự hỗ trợ của Đức Phật hoặc vị thầy Pháp của bạn. Bạn cũng nên khơi dậy động lực này vào cuối thời gian thực hành, cúng dường nó cho sự giác ngộ của tất cả chúng sinh. Điều này bảo đảm rằng công đức thực hành của bạn được vững chắc và có thể tăng trưởng; nếu không nó có thể bị suy giảm hoặc phá hủy bởi sự tiêu cực.

Theo nghĩa thực tế, bạn nên coi mình là một người 'không có lịch sử', từ bỏ mối quan tâm đến những ký ức về quá khứ hoặc tương lai cũng như những phiền nhiễu và kỳ vọng hiện tại. Đặc biệt, bạn nên từ bỏ những ý nghĩ chán nản nếu việc thực hành của bạn không tiến triển tốt, và tránh bị kiêu mạn và phấn khích cuốn đi nếu bạn gặp được những kinh nghiệm tốt trong khi thiền định.

(iv) Thực hành mở đầu

Để bắt đầu thiền với tâm tĩnh lặng và dễ tiếp thu, điều hữu ích là thực hiện một số thực hành mở đầu có thể giúp bạn đạt được điều này.

Đầu tiên trong số này là một thực hành ngắn gọn từ truyền thống Tây Tạng được gọi là *thở ra không khí ô nhiễm*, bao gồm việc hình dung tất cả những bất tịnh của bạn bị thổi bay một cách mạnh mẽ qua lỗ mũi. Điều này giúp loại bỏ những dòng năng lượng phản tác dụng khỏi cơ thể vi tế vốn liên quan đến tham, sân, và si. Vì hơi thở và tâm trí có mối liên hệ mật thiết với nhau nên thực hành này là điểm khởi đầu tuyệt vời cho bất kỳ phương pháp thiền nào.

Một phiên bản đơn giản của cách thực hành này là hít thở sâu ba lần, mỗi lần hít vào bụng và giữ nó một lúc, sau đó thở ra mạnh mẽ bằng cả hai lỗ mũi trong khi hình dung mọi năng lượng bất tịnh như tham dục và sân hận rời khỏi tâm trí và cơ thể bạn. Điều này có thể được lặp lại bất cứ lúc nào trong lúc thiền nếu bạn cảm thấy mình đang mất tập trung.

Một phiên bản phức tạp hơn một chút bao gồm tổng cộng chín hơi thở. Đầu tiên, hít sâu qua lỗ mũi phải trong khi ấn lỗ mũi trái bằng ngón tay cái trái. Bạn có thể muốn ổn định vị trí của bàn tay trái bằng cách giữ ngón trỏ trái ở giữa trán. Sau đó dùng ngón giữa trái ấn lỗ mũi phải lại và thả lỗ mũi trái ra, thở ra bằng lỗ mũi trái. Lặp lại điều này ba lần, sau đó hít sâu qua lỗ mũi trái trong khi tiếp tục ấn chặt lỗ mũi phải bằng ngón giữa bên trái; sau đó dùng ngón cái trái ấn lỗ mũi trái lại và thả lỗ mũi phải ra, thở ra bằng lỗ mũi phải. Lặp lại điều này ba lần. Cuối cùng, đặt hai tay lên đùi và hít sâu bằng cả hai lỗ mũi, sau đó thở ra bằng cả hai lỗ mũi. Lặp lại điều này ba lần một lần nữa, tổng cộng là chín hơi thở.

Sau bài tập thở này, một nghi thức hữu ích cần tuân theo là lắc lư cơ thể từ bên này sang bên kia và sau đó nhận biết các điểm tiếp xúc và âm thanh xung quanh bạn. Trước tiên, hãy kiểm tra xem cột sống của bạn có thẳng không và nhẹ nhàng lắc lư cơ thể từ bên này sang bên kia, với các chuyển động ngày càng nhỏ hơn cho đến khi bạn đạt đến điểm cân bằng một cách tự nhiên. Sau đó, hãy nhận biết các điểm tiếp xúc giữa chân hoặc bàn chân của bạn và sàn nhà, mông và chỗ ngồi, tay và đùi của bạn, rồi nhanh chóng đảm bảo rằng bụng, vai, lưỡi và hàm của bạn đều được thư giãn. Cuối cùng, hãy nhận biết tất cả âm thanh xung quanh bạn – trước mặt, sau lưng và cả hai bên – chỉ đơn giản là tiếp thu và chỉ lắng nghe mà không có bất kỳ phản ứng nào. Bây giờ bạn đã sẵn sàng để thiền.

CHƯƠNG 2

HƠI THỞ NHƯ MỘT ĐỐI TƯỢNG VÀ CÁC GIAI ĐOẠN CỦA THIỀN

Bây giờ tôi sẽ mô tả cách sử dụng hơi thở như một đối tượng thiền và cách điều này có thể dần dần dẫn đến việc đạt được shamatha. Vì nhiều người trong thế giới hiện đại sống trong một môi trường rất bận rộn và đầy kích thích nên suy nghĩ và kích động quá mức là những phiền não chính mà chúng ta cần phải vượt qua. Điều này thường liên quan đến rất nhiều "căng thẳng thần kinh" trong cơ thể chúng ta. Thiền thở là một phương pháp tuyệt vời để chống lại những phiền não này và cũng là phương pháp thiền được Đức Phật giảng dạy rộng rãi nhất.

Sử dụng thiền thở làm khuôn mẫu, bây giờ tôi sẽ mô tả bốn giai đoạn tiến triển: chánh niệm về thời điểm hiện tại, tập trung vào đối tượng, giữ tâm trí trên đối tượng và tinh chỉnh tâm (dẫn đến shamatha). Bài trình bày này bao gồm *chín trạng thái chú tâm tăng dần* trong truyền thống Tây Tạng, dựa trên lời dạy của Đức Phật Di Lặc và Kamalashila, cũng như các giai đoạn thiền định về hơi thở được trình bày trong *Kinh Anapanasati* trong truyền thống Nguyên thủy. Trong hai giai đoạn đầu, sự thư giãn được nhấn mạnh, trong khi ở giai đoạn thứ ba, chánh niệm hay sự ổn định của sự chú ý được nhấn mạnh. Sau khi đạt được sự thư giãn và ổn định tốt, sự cảnh giác hoặc sự chú ý rõ ràng sẽ được nhấn mạnh trong các giai đoạn sau.

Bạn đã 'đạt đến' một giai đoạn cụ thể khi trải nghiệm thiền

Lấy hơi thở làm đối tượng thiền

của bạn phù hợp với mô tả về giai đoạn trong hầu hết thời gian thiền, trong *tất cả* các buổi thiền của bạn. Tuy nhiên, giai đoạn bạn đã đạt đến có thể thay đổi đáng kể từ lần ngồi này sang lần ngồi khác, vì vậy điều quan trọng là phải điều chỉnh phương pháp cho phù hợp với trạng thái tâm của bạn. Ví dụ, nếu tâm trí bạn bị kích động hơn bình thường, bạn nên bắt đầu lại từ đầu, trước tiên thiết lập chánh niệm thư giãn trên cơ thể, cảm giác và tâm trí được neo giữ bởi hơi thở. Nói chung, bạn có thể tiến bộ nhanh chóng qua các giai đoạn ban đầu trước khi đạt đến ‹giai đoạn thông thường› của mình, miễn là bạn nhớ đừng lao về phía trước quá nhanh. 'Kiên nhẫn cẩn thận' là con đường chắc chắn nhất để tiến bộ.

Cũng hãy nhớ rằng con đường thiền của bạn không bao giờ cố định, và ở một giai đoạn nhất định, bạn có thể quyết định rằng một đối tượng hoặc phương pháp thiền khác sẽ có lợi hơn. Ví dụ, khi bạn đạt đến một mức độ tập trung nhất định, bạn có thể thích thiền với nhận thức rộng mở như một đối tượng, sử dụng quán tưởng và thần chú hoặc có lẽ dành nhiều thời gian hơn cho việc nghiên cứu và thiền phân tích. Tuy nhiên, dù bạn chọn đối tượng nào thì các giai đoạn dẫn đến shamatha vẫn áp dụng cho việc thực hành thiền định của bạn.

I. CHÁNH NIỆM GIÂY PHÚT HIỆN TẠI VỚI HƠI THỞ

Nhiều người cảm thấy khó tập trung vào một đối tượng thiền ngay lập tức. Vì vậy, mục đích của giai đoạn đầu tiên này là tạo ra một trạng thái tâm trí dễ tiếp thu (nhưng không phản ứng), có thể chỉ cần ghi nhận tất cả các kích thích bên ngoài mà không phản ứng lại hoặc tiếp nhận chúng. Ngoài ra, bạn có thể sử dụng hơi thở để củng cố nhận thức và thư giãn cơ thể một cách có ý thức. Do đó, bạn có thể nhanh chóng tạo ra một trạng thái tâm vừa bình tĩnh vừa tỉnh táo, không quá căng thẳng cũng không quá lỏng lẻo.

Chánh niệm là gì?

Theo nghĩa đen, điều này có nghĩa là tâm trí 'đầy ắp' bất cứ điều gì nó đang trải qua. Đó là khi bạn chỉ chú ý đến trải nghiệm của mình và chỉ đơn giản là hiện diện với những gì đang có mà không suy nghĩ hay mô tả những gì đang xảy ra. Một giảng viên Nguyên thủy đã mô tả chánh niệm theo năm đặc điểm:

1. Nhận thức *trọng tâm hiện tại.*
2. *Giữ và dành sự chú ý,* với sự tập trung tiếp thu cởi mở hoặc tập trung thu thập nhiều hơn.
3. Một nhận thức *không phán xét,* lùi lại thay vì bị cuốn vào sự phán xét, nhìn mọi thứ như chúng là chứ không phải như chúng ta.
4. Phẩm chất *dễ tiếp thu,* mở ra cho mọi trải nghiệm mà không kháng cự hay phản ứng, giống như đĩa vệ tinh tiếp nhận thông tin.
5. Một nhận thức *không cá nhân,* không tin vào hay coi bất cứ điều gì ghi nhận được hoặc biết đến một cách cá nhân, bao gồm tất cả những suy nghĩ, cảm giác và cảm giác đau đớn.

Để phát triển chánh niệm, trước tiên bạn cần nhận thức được những yếu tố khác nhau tạo nên trải nghiệm của bạn. Điều này được mô tả chi tiết trong giáo lý được gọi là Tứ Niệm Xứ, từ *Kinh Tứ Niệm Xứ.* Điều này bao gồm:

1. Chánh niệm về cơ thể

Điều này bao gồm chánh niệm về hơi thở, biết khi nào bạn đang trải qua một hơi thở dài hay ngắn, nhận thức được sự chuyển động của hơi thở và sự tĩnh lặng mà hơi thở mang lại cho toàn bộ cơ thể. Nó cũng bao gồm: chánh niệm về vị trí của thân (biết khi nào bạn đang đi, đứng, ngồi hay nằm), chánh niệm nơi bạn đang đi, chánh niệm về cách bạn đang đi chuyển, ăn, uống và đại tiện, chánh niệm khi nói chuyện và giữ im lặng, chánh niệm về những đặc điểm không hấp dẫn của cơ thể bạn, chánh niệm về các yếu tố tạo nên cơ thể bạn và chánh niệm về cái chết và vô thường.

2. *Chánh niệm về cảm xúc*

Điều này bao gồm việc đơn giản nhận biết khi nào bạn đang trải qua một cảm giác dễ chịu, một cảm giác đau khổ hay một cảm giác trung tính. Điều này có thể xảy ra thông qua tiếp xúc với năm giác quan hoặc thông qua tiếp xúc với các đối tượng của tinh thần, bao gồm nhận thức, ký ức, suy nghĩ và hình ảnh tinh thần. Những cảm giác vi tế hơn cũng có thể nảy sinh khi tâm trí bạn bình tĩnh, chẳng hạn như cảm giác hỷ lạc hay hạnh phúc lan tỏa khắp cơ thể bạn.

3. *Chánh niệm về các trạng thái của tâm*

Điều này bao gồm việc biết rằng tâm có ham muốn là tâm có ham muốn, trong khi tâm không có ham muốn là tâm không có ham muốn. Tương tự như vậy, bạn biết khi nào sân hận, vô minh, co rút, xao lãng và các trạng thái khác có mặt, và bạn biết khi nào những trạng thái này vắng mặt. Bạn cũng biết khi nào tâm định tĩnh, khi nào tâm giải thoát, khi nào không như vậy.

4. *Chánh niệm về các hiện tượng*

Điều này có nghĩa là bạn chánh niệm về mọi hiện tượng hay nội dung của tâm. Nó có thể bao gồm nhận thức về các đối tượng cảm giác như âm thanh, đối tượng thị giác, mùi vị, mùi và cảm giác xúc giác, cũng như các đối tượng tinh thần như ký ức và sự phát triển của suy nghĩ. Tuy nhiên, nó cũng đề cập đến việc biết rằng bản chất của những hiện tượng như vậy là vô thường, đau khổ (hoặc không thể kiểm soát được) và không có tự tánh.

Tóm lại, chánh niệm có nghĩa là nhận thức được đầy đủ các trải nghiệm, bắt đầu bằng nhận thức về cơ thể và mở rộng đến cảm giác, trạng thái tinh thần, đối tượng giác quan và đối tượng tinh thần. Sau đó, bạn có thể phát hiện ra rằng tâm trí của bạn có thể cảm thấy 'tràn đầy' thay vì bị phân mảnh, rời rạc hoặc bị cuốn vào suy nghĩ. Kinh Satipatthana cũng nói rằng bạn nên quán tất cả các đối tượng này là "sanh, diệt, cả hai đều sanh và diệt", cũng như "bên trong, bên ngoài và cả bên trong và bên ngoài". Điều này có thể mang lại chiều sâu hơn cho việc thực hành chánh niệm của bạn, giúp bạn mở rộng nó ra thế giới bên ngoài và điều chỉnh trải nghiệm của bạn phù hợp với quan điểm của Phật giáo về thực tại.

Chánh niệm dùng hơi thở làm cái neo

Mặc dù có thể thực hành chánh niệm bằng cách đơn giản chú ý đến bất cứ điều gì nảy sinh trong trải nghiệm của bạn, nhưng việc gắn kết trải nghiệm này với nhận thức về hơi thở thậm chí còn hữu ích hơn. Do đó, Đức Phật đã dạy Kinh Anapanasati để chỉ ra làm thế nào chánh niệm về hơi thở có thể hoàn thành bốn niệm xứ và làm thế nào điều này có thể dẫn đến giải thoát.

Bài kinh này đưa ra những hướng dẫn về mười sáu hơi thở chánh niệm, đây là một phương pháp nhanh chóng và hiệu quả để làm dịu tâm trí và đồng thời có được nhận thức rõ ràng về trải nghiệm của chúng ta. Mười sáu hơi thở này cũng ám chỉ mười sáu giai đoạn tập trung được hoàn thành theo trình tự; tuy nhiên, ở đây chúng ta xem xét chúng cùng nhau.

Để bắt đầu thực hành này, bạn nên tìm một nơi yên tĩnh và thiết lập tư thế đúng, với thân thẳng, và chánh niệm khi bạn hít vào và thở ra một cách tự nhiên. Bạn nên nói với chính mình hoặc đơn giản là biết:

Hít vào dài (tôi) nhận biết hơi thở dài (ngắn),
thở ra (tôi) nhận biết hơi thở dài (ngắn)

Hít vào ngắn biết hơi thở ngắn,
  thở ra nhận biết hơi thở ngắn
Hít vào ý thức về thân,
  thở ra ý thức về thân
Hít vào làm cơ thể thư giãn,
  thở ra làm cơ thể thư giãn
Hít vào nhận biết cảm giác,
  thở ra nhận biết cảm giác
Hít vào làm dịu cảm xúc,
  thở ra làm dịu cảm xúc
Hít vào biết vui,
  thở ra biết vui
Hít vào ý thức hạnh phúc,
  thở ra ý thức hạnh phúc
Hít vào ý thức,
  thở ra ý thức
Hít vào làm tâm vui vẻ,
  thở ra làm tâm vui vẻ
Hít vào tập trung tâm trí,
  thở ra tập trung tâm trí
Hít vào giải thoát tâm,
  thở ra giải thoát tâm
Hít vào nhận biết vô thường,
  thở ra nhận biết vô thường
Hít vào nhận biết sự tan biến,
  thở ra nhận biết sự tan biến
Hít vào ý thức giải thoát,
  thở ra ý thức giải thoát
Hít vào buông xả,
  thở ra buông xả

Lặp đi lặp lại chu kỳ thở này, để ý xem tâm trí và cơ thể bạn trở nên bình tĩnh, trong sáng và hiện tại như thế nào. Đầu tiên, sẽ rất hữu ích nếu bạn im lặng lặp lại những hướng dẫn trong khi hít vào thở ra và quán chiếu từng chủ đề trong khi thực hiện điều này, đặc biệt là về vô thường. Chẳng hạn, bạn có thể nghĩ tại sao không có cái tôi thường trực trong cơ thể, cảm xúc hay tâm trí của bạn, làm thế nào mỗi cái này có một bản chất 'đau khổ' hoặc không thể kiểm soát được và làm thế nào không có 'cái tôi' kiểm soát những gì xảy ra. Cuối cùng, bạn có thể buông bỏ điều này và "chỉ cần biết" rằng bạn lưu tâm đến tất cả những yếu tố khác nhau này trong khi bạn đang thở, bước vào trạng thái nhận thức dễ tiếp thu hơn. Sau đó, khi tâm trí bạn bắt đầu lang thang hoặc mất hứng thú, bạn có thể quay lại lặp lại các hướng dẫn trong im lặng, có thể theo cách cô đọng bằng cách sử dụng hai, bốn hoặc tám hơi thở chánh niệm. Bằng cách xen kẽ theo cách này, bạn sẽ có thể duy trì được khả năng tập trung tốt nhờ một số thực hành.

Hơi thở như một 'chiếc neo' cho chánh niệm là điều mà bạn luôn có thể quay lại nếu bạn gặp khó khăn trong thiền định hoặc trong cuộc sống hàng ngày. Nó giống như bãi biển. Những tình huống khó khăn xuất hiện trong thiền định hay trong cuộc sống giống như sóng trong đại dương, tuy nhiên nếu bạn biết cách quay trở lại bãi biển, bạn sẽ tránh bị cuốn ra biển hoặc bị sóng lớn xô ngã. Bạn có thể dễ dàng quay lại phương pháp thực hành này trong cuộc sống hàng ngày, vì bạn luôn thở và đang học cách liên kết chánh niệm với hơi thở. Trong thời gian nghỉ ngơi trong hoạt động bình thường, bạn có thể hít thở sâu vài hơi và đưa bản thân về trạng thái thư giãn, tỉnh táo một cách có ý thức mà bạn đã phát triển trong quá trình thiền định chính thức.

II. ĐƯA TÂM VÀO ĐỐI TƯỢNG THIỀN (GIỐNG NHƯ THÁC NƯỚC ĐỔ TRÊN ĐÁ)

Bằng cách đầu tiên trau dồi chánh niệm về thời điểm hiện tại, bạn sẽ khám phá ra làm thế nào một tâm trí tỉnh táo có thể cùng tồn tại với một cơ thể thư giãn. Sau đó, để phát triển một kiểu tập trung hơn, bạn có thể tập trung vào một phạm vi chú ý hẹp hơn. Nếu bạn tập trung vào một đối tượng duy nhất để bắt đầu, bạn rất có thể sẽ hạn chế tâm trí và cơ thể của mình, làm trầm trọng thêm mọi căng thẳng đã có từ trước. Điều này đặc biệt đúng trong thế giới hiện đại, nơi con người thường có rất nhiều căng thẳng tích tụ trong cơ thể.

Theo *Kinh Anapanasati*, cách hiệu quả nhất để bắt đầu thực hành này là chỉ cần quan sát hơi thở đủ để biết nó dài hay ngắn. Vì thế bạn tự nhủ:

Hít vào (tôi) nhận biết hơi thở ngắn (hay dài),
thở ra nhận biết hơi thở ngắn (hay dài).
Hít vào nhận biết hơi thở dài (ngắn),
thở ra nhận biết hơi thở dài (ngắn).

Chìa khóa của thiền ở giai đoạn này là duy trì trạng thái tâm trí thoải mái và trở ngại lớn nhất bạn sẽ gặp phải là tâm trí có xu hướng kiểm soát hơi thở. Do đó, hướng dẫn này cho phép bạn duy trì nhận thức chặt chẽ về dòng chảy tự nhiên của hơi thở, đồng thời chống lại việc kiểm soát nó. Việc từ bỏ xu hướng kiểm soát hơi thở của bạn (bằng cách chỉ chú ý khi nào nó tự dừng lại) sẽ giúp bạn thư giãn đồng thời hướng sự chú ý của bạn đến độ dài của hơi thở sẽ nâng cao sự tỉnh táo của bạn.

Kinh không chỉ rõ chúng ta nên tập trung vào hơi thở ở đâu. Để đạt được sự thư giãn, việc nhận biết hơi thở xuyên khắp cơ thể là điều có lợi, tuy nhiên bạn có thể thấy việc tập trung vào một vùng cụ thể như ngực hoặc bụng sẽ tự nhiên hơn. Khi bạn ý thức được toàn bộ cơ thể đang "hít thở", nhận thức của bạn về hơi thở sẽ trở nên vi tế hơn. Đây được gọi là gió bên trong, đôi khi có cảm giác như những dòng năng lượng di chuyển khắp cơ thể. Bạn có thể hình dung hơi thở vi tế này tuần hoàn quanh cơ thể, lần lượt đi qua từng bộ phận, hoặc bạn có thể tưởng tượng rằng toàn bộ cơ thể bạn đang thở ra và hít vào, như thể một làn sóng hơi thở đang truyền qua cơ thể bạn. Bạn cũng có thể giúp cơ thể thư giãn bằng cách đặt lưỡi phía sau hàm răng dưới và thở ra chậm lại. Tuy nhiên, nếu những phương pháp này không giúp bạn xoa dịu tâm trí, có thể có một vùng căng thẳng ở một bộ phận cụ thể trên cơ thể bạn, có thể liên quan đến những cảm xúc đau đớn nhất định - trong trường hợp này, bạn có thể tập trung hơi thở đặc biệt vào vùng này, quan sát bất cứ điều gì xuất hiện và mở rộng hơi thở xung quanh khu vực này.

Một kỹ thuật khác ở giai đoạn này là đếm hơi thở, đếm một lần cho mỗi hơi thở. Một phương pháp là lặp lại 'một, một, một...' trong suốt một lần hít vào và thở ra, sau đó 'hai, hai, hai...' trong suốt hơi thở tiếp theo, lặp lại điều này tổng cộng mười hơi thở trước khi đếm ngược từ mười đến một. Một phương pháp khác là đếm "một" sau khi ngừng hít vào, tiếp theo là "hai" sau khi thở ra, lặp lại điều này đến mười lần. Một phương pháp khác, được sử dụng trong truyền thống Thái Lan, là trì tụng thần chú Buddho với hơi thở: Bud với hơi thở vào và Dho với hơi thở ra.

Giai đoạn thiền hơi thở này gần tương đương với hai trạng thái chú ý đầu tiên trong hệ thống Tây Tạng, trong đó trọng tâm là hiểu các hướng dẫn thiền và đạt được trạng thái thư giãn:

1. Đặt tâm vào một đối tượng

Lúc đầu, việc giữ tâm cố định trên đối tượng đòi hỏi nhiều nỗ lực. Khả năng giữ cố định trên vật thể của bạn ban đầu khá hạn chế và sẽ chỉ có những khoảnh khắc ngắn ngủi bạn mới có thể làm được điều đó. Có vẻ như tâm trí bạn thậm chí còn bị xáo trộn hơn trước khi bạn bắt đầu và bạn có cảm giác rằng tư tưởng lan man của bạn đang gia tăng. Tuy nhiên, điều này có thể có nghĩa là bạn đang lần đầu tiên nhận thức được trạng thái bình thường của tâm trí, đây là thành tựu đầu tiên.

Giai đoạn đầu tiên này đạt được nhờ khả năng nghe hay lắng nghe những hướng dẫn của thiền sư về phương pháp thiền và đối tượng cần chọn. Nó đạt được khi bạn có thể đặt tâm trí vào đối tượng thiền mong muốn dù chỉ một hoặc hai giây. Nếu đối tượng của bạn là hơi thở thì điều này có thể đạt được trong lần thử đầu tiên của bạn, tuy nhiên nếu đó là một sự quán tưởng phức tạp thì có thể mất vài tuần để hoàn thành.

2. Đặt tâm liên tục

Những khoảng thời gian xao lãng vẫn dài hơn những khoảng thời gian tập trung, nhưng những khoảng thời gian mà bạn có thể tập trung vào đối tượng trở nên thường xuyên hơn. Tâm trí trở nên ổn định hơn và thỉnh thoảng bạn có thể duy trì sự tập trung không gián đoạn trong khoảng một đến năm phút, và bạn có cảm giác rằng những tư tưởng lan man đang giảm bớt. Giai đoạn này đạt được thông qua sức mạnh của sự phản ánh. Bạn có thể tập trung tâm vào đối tượng nhưng vẫn cần nhớ lại những hướng dẫn nhiều lần với sự hiểu biết.

Hai cấp độ đầu tiên này nhằm mục đích hướng tâm trí vào một đối tượng, và do đó cần có sự tham gia tập trung chặt chẽ. Mặt khác, các giai đoạn sau lại nhằm mục đích giữ tâm trí ở đó. Những lỗi lầm chính cần khắc phục ở hai cấp độ này là sự lười biếng, đặc biệt là không lắng nghe cẩn thận những hướng dẫn và quên mất đối tượng thiền.

Ở giai đoạn này, sự chuyển động của tư tưởng qua tâm trí được ví như một thác nước đổ xuống đá; điều này không có nghĩa là số lượng suy nghĩ của chúng ta đang tăng lên, mà là lần đầu tiên chúng ta nhận thức được chúng.

III. GIỮ TÂM TRÊN ĐỐI TƯỢNG THIỀN (TRỞ NÊN GIỐNG NHƯ DÒNG SÔNG CHẢY QUA HẺM NÚI)

Ở giai đoạn trước, bạn bắt đầu trải nghiệm sự tập trung liên tục vào hơi thở, hướng sự chú ý của bạn đến nhận thức về độ dài của hơi thở hoặc đếm hơi thở trong khi cơ thể ngày càng thư giãn hơn. Một khi bạn đã phát triển được sự ổn định nào đó bằng phương pháp này, bạn có thể chỉ cần để sự chú ý của mình trôi theo hơi thở, theo dõi nó suốt chiều dài của hơi thở. Do đó, bạn để tâm bạn hòa mình vào hơi thở từ giây phút đầu tiên của hơi thở vào đến giây phút cuối cùng, chú ý khoảng trống ở giữa, rồi theo dõi hơi thở ra từ đầu đến cuối. Bằng cách này, với cơ thể đã khá thoải mái, bạn bắt đầu phát triển chánh niệm liên tục và sau đó là cảnh giác. Theo bài kinh, bạn chỉ cần biết:

Hít vào (tôi) ý thức toàn thân (hơi thở),
thở ra ý thức toàn thân (hơi thở).

Hướng dẫn này thường được dùng để chỉ độ dài của hơi thở, mặc dù một số người giải thích nó có nghĩa là bạn nên nhận thức được hơi thở đang di chuyển khắp cơ thể. Giống như giai đoạn trước, bạn nên tập trung vào hơi thở bất cứ nơi nào nó đến một cách tự nhiên, di chuyển sự tập trung của bạn xuống thấp hơn nếu bạn cần thư giãn nhiều hơn (ví dụ như ở bụng) và di chuyển nó lên cao hơn nếu bạn cần tăng cường cảnh giác (ví dụ như ở phần chóp mũi). Tuy nhiên, đồng thời, bạn nên duy trì nhận thức ngoại vi về toàn bộ cơ thể trong khi bạn đang thở.

Mục tiêu của giai đoạn này là hòa mình vào hơi thở đến mức bạn sẽ không bị phân tâm bởi âm thanh, hình ảnh hoặc thậm chí là những cảm giác khó chịu trong cơ thể. Đặc biệt nếu bạn mệt mỏi, tâm trí có thể trở nên u ám. Lúc này, bạn cần phải nỗ lực cảnh giác để thắt chặt sự tập trung và nắm bắt rõ ràng từng khoảnh khắc của hơi thở.

Các trạng thái chú ý tương ứng nhằm mục đích thiết lập chánh niệm và sau đó là cảnh giác, như sau:

3. *Sắp đặt chắp vá*

Ở giai đoạn này, bạn nhận thức được bất kỳ sự xao lãng nào đối với sự tập trung của mình và đã phát triển khả năng đưa tâm trí trở lại đối tượng thiền bằng nỗ lực thông qua *sức mạnh của chánh niệm*. Bạn có thể đưa sự chú ý trở lại đối tượng ngay khi nó lang thang, giống như dán một miếng vá lên một miếng vải. Bằng cách này, bạn thiết lập lại sự tập trung của mình và có thể duy trì sự tập trung liên tục, thường trong khoảng năm đến mười phút. Do đó, bạn bắt đầu trở nên chánh niệm và tiến tới thiền thực sự, vì sự chú ý của bạn hầu như luôn tập trung vào đối tượng trong hầu hết các buổi thiền của bạn.

Đạt được ngay cả ở giai đoạn thứ ba này đã là một thành tựu lớn và có thể tạo ra sự khác biệt lớn đối với khả năng kiểm soát tâm trí của bạn trong cuộc sống hàng ngày.

4. *Sắp đặt chặt chẽ*

Sự tập trung của bạn mạnh mẽ đến mức tâm trí không bao giờ hoàn toàn mất đi sự chú ý vào đối tượng, và sự kích động thô bạo không còn là trở ngại nữa. Do đó, tâm trí rút khỏi phạm vi rộng lớn của mọi thứ để tập trung vào một phạm vi hẹp hơn. Bạn có thể giữ đối tượng một cách liên tục, nhưng vẫn cần phải phát triển mức độ trong sáng hoặc cường độ ngày càng tăng và cũng phải đối phó với sự dao động vi tế, đó là khi một phần tâm trí của bạn lạc khỏi đối tượng tập trung nhưng bạn không đánh mất nó hoàn toàn. Trong giai đoạn thứ tư này, *sức mạnh của chánh niệm* đạt được nên bạn có thể giữ đối tượng tập trung một cách ổn định đến mức bạn dễ dàng quay lại với nó bất cứ khi nào bạn bị phân tâm. Tuy nhiên, bạn cần bảo đảm rằng sự ổn định này không làm mất đi sự thư giãn. Vì vậy, bạn có thể vẫn cần áp dụng các kỹ thuật thư giãn đầu óc để đối phó với những kích động tinh vi, chẳng hạn như giữ lưỡi phía sau hàm răng dưới.

5. *Rèn luyện tâm trí*

Bây giờ chúng ta đã phát triển khả năng vượt qua hôn trầm và trạo cử thô thiển, và sự canh gác hay cảnh giác của tâm đang phát triển. Trở ngại cần vượt qua ở giai đoạn này là sự hôn trầm hoặc chìm đắm vi tế, phát sinh do việc tâm trí rút lui khỏi các đối tượng bên ngoài đã tiến quá xa. Điều này đòi hỏi nhiều kỷ luật và nỗ lực để vượt qua. Có mối nguy hiểm đáng kể khi không nhận ra sự hôn trầm hoặc chìm đắm vi tế, vốn được coi là một trạng thái tâm trí ổn định và an bình, và bạn cần loại bỏ trở ngại này bằng cách thắt chặt nhận thức của mình với sự cảnh giác ngày càng tăng. Tuy nhiên, có thể là một thách thức để vượt qua sự buồn tẻ vi tế mà không làm suy yếu sự ổn định và điều này đôi khi có thể là một hành động cân bằng khá vi tế. Ở giai đoạn này, chúng ta cần phát khởi một tâm thức thăng hoa thông qua nguồn cảm hứng, chẳng hạn bằng cách nhớ lại những phẩm chất tốt đẹp của shamatha hoặc những lời dạy của Đức Phật. Nó cũng có thể giúp nâng đối tượng thiền lên và làm cho nó nhỏ hơn hoặc sắc hơn, đồng thời đảm bảo rằng lưỡi bây giờ nằm phía sau hàm răng trên.

Ở giai đoạn này, những ý nghĩ không tự nguyện tiếp tục khởi lên, mặc dù bây giờ thay vì là một thác nước, chúng chảy như một dòng sông chảy êm đềm qua một hẻm núi. Vẫn còn một chút phản kháng đối với việc thực hành, mặc dù kết quả của những nỗ lực của chúng ta thường khá rõ ràng.

IV. TINH CHỈNH TÂM TRÍ (NHƯ DÒNG SÔNG CHẢY CHẬM QUA THUNG LŨNG)

Sau khi đạt được chánh niệm liên tục về hơi thở với mức độ kỷ luật cao, bạn cần phải làm nó bình tĩnh lại. Nếu bạn chuyển sang bước này quá sớm, bạn có thể rơi vào tình trạng hôn trầm và buồn ngủ. Do đó, bạn phải bảo đảm rằng bạn đã hoàn thành giai đoạn trước, nắm bắt toàn bộ hơi thở, trước khi bạn có thể cố gắng làm nó bình tĩnh lại, giống như trước tiên bạn phải bắt được một con ngựa hoang trước khi có thể thuần hóa nó.

Do đó kinh đưa ra lời chỉ dẫn:

Hít vào (tôi) làm dịu cơ thể (của hơi thở),
thở ra làm dịu cơ thể (của hơi thở).

Khó khăn có thể nảy sinh ở đây vì chúng ta đã sử dụng sức mạnh ý chí đáng kể để hoàn thành giai đoạn trước, còn bây giờ điều cần thiết là sự buông bỏ nhẹ nhàng và kiên trì. Đây có thể là một hành động cân bằng tốt và nó có thể giúp giảm hơi thở và nhấn mạnh hơn nữa vào việc thư giãn cơ thể.

Sau đó bài kinh tiếp tục:

Hít vào biết vui,
thở ra biết vui
Hít vào ý thức hạnh phúc,
thở ra ý thức hạnh phúc

Điều này ám chỉ sự xuất hiện của niềm vui và hạnh phúc (piti và sukha trong tiếng Pali) khi hơi thở dịu xuống, giống như ánh sáng vàng của bình minh ló dạng ở chân trời phía đông. Bây giờ bạn phát triển sự chú ý hoàn toàn bền vững vào 'hơi thở đẹp' và chỉ còn lại dấu vết của tư tưởng lan man. Khi bạn có thể an trụ với đối tượng này một cách thoải mái trong một thời gian dài và cảm nhận được nhiều niềm vui và hạnh phúc, tâm sẽ trở nên rất tập trung và bạn có thể chuyển sang bước tiếp theo.

Giai đoạn tiếp theo, theo kinh, là:

Hít vào ý thức,

thở ra ý thức

Ở giai đoạn này, sự chú ý của bạn tinh tế đến mức hơi thở dường như biến mất hoàn toàn và được thay thế bằng một dấu hiệu tinh thần thu được tinh tế hơn được gọi là nimitta. Xúc giác (cảm giác vật lý về hơi thở) đã ngừng hoạt động và bây giờ bạn trải nghiệm hơi thở như một đối tượng tinh thần thuần túy, được cảm nhận chẳng hạn như ánh sáng trắng, viên ngọc xanh hoặc có lẽ là cảm giác hỷ lạc. Điều này giống như trăng tròn (tâm trí) ló ra từ phía sau những đám mây (thế giới của năm giác quan). Sau đó, đối tượng tinh tế này trở thành tâm điểm của quá trình thiền định của bạn và đưa bạn qua các giai đoạn chú ý cao hơn.

Ajahn Chah ví sự xuất hiện của dấu hiệu này với một con vật nhút nhát, nó chỉ đến gần bạn nếu bạn hoàn toàn đứng yên. Tương tự như vậy, nếu bạn tuyệt đối tĩnh lặng thì nimittas sẽ xuất hiện, và chỉ khi bạn tiếp tục hoàn toàn tĩnh lặng thì chúng mới còn tồn tại. Một ví dụ khác là một căn phòng tối, trong đó cuối cùng bạn có thể nhìn thấy các hình dạng khi mắt bạn quen với bóng tối. Tương tự như vậy, nimitta dần dần xuất hiện từ trạng thái tĩnh lặng vô hình dạng một khi hơi thở đã 'biến mất'.

Hai dòng tiếp theo của bài kinh hướng dẫn chúng ta phải làm gì nếu những hình thức hôn trầm và phấn khích vi tế phát sinh trong khi bạn đang tập trung vào nimitta:

Hít vào làm tâm vui vẻ,

thở ra làm tâm vui vẻ

Hít vào tập trung tâm trí,

thở ra tập trung tâm trí

Có thể trải nghiệm về nimitta của bạn bị mờ nhạt hoặc bị vấy bẩn, có lẽ vì năng lượng tinh thần của bạn thấp. Thuốc giải độc là mang lại nhiều niềm vui hơn cho thiền định và trải nghiệm đối tượng tinh thần này một cách trọn vẹn hơn. Bạn có thể tập trung chăm chú hơn vào trung tâm của nimitta, tăng cường sự chú ý của mình hoặc có thể quay lại giai đoạn trước đó, tập trung vào hơi thở đẹp. Bạn cũng có thể nâng cao niềm vui của mình bằng cách niệm Tam Bảo hoặc nhớ lại lợi ích của các đức tính như lòng từ.

Mặt khác, nếu hình tướng của nimitta không ổn định, bạn phải đảm bảo rằng tâm mình hoàn toàn tĩnh lặng và tập trung. Điều này có nghĩa là không chỉ giữ cho hình ảnh đứng yên mà còn giữ cho người biết cũng đứng yên, khía cạnh của tâm trí 'nhìn thấy' hình ảnh. Khi nimitta lần đầu tiên xuất hiện, bạn có thể gặp phải sự sợ hãi hoặc phấn khích, giống như khi bạn gặp một người lạ lần đầu tiên. Cũng giống như cách bạn học cách thư giãn khi ở bên người lạ này khi bạn làm quen với họ, bạn có thể học cách thư giãn tâm trí một chút và duy trì hiện diện với nimitta đẹp đẽ.

Có hai giai đoạn chú ý tương ứng với các giai đoạn thiền thở này:

6. Bình định tâm trí

Sự buồn tẻ vi tế đã được khắc phục trong giai đoạn trước (mặc dù dấu vết vẫn còn) và bây giờ có nguy cơ tiếp thêm sinh lực cho tâm trí quá mức. Điều này dẫn đến sự khởi sinh của sự kích động hay kích động vi tế cần được xoa dịu. Trong giai đoạn này, chánh niệm và cảnh giác trở nên mãnh liệt hơn, được tinh lọc nhờ sự chú ý không gián đoạn, và nhờ đó sự phấn khích vi tế được khắc phục. Bạn có thể có thói quen thả lỏng tâm trí mỗi khi có sự hưng phấn vi tế xuất hiện; điều này đôi khi có thể cần thiết, tuy nhiên ở giai đoạn này bạn cũng cần tăng cường cảnh giác và thắt chặt tâm trí để vượt qua nó.

Trong giai đoạn thứ năm, sự hôn trầm vi tế được khắc phục

bằng sức mạnh của *sự cảnh giác đầy cảm hứng*, và bây giờ trong giai đoạn thứ sáu này, một khả năng mạnh mẽ hơn được gọi là *sự cảnh giác hoàn toàn* đang phát triển. Điều này giúp bạn vượt qua được sự phấn khích tinh tế mặc dù nó không bị loại bỏ hoàn toàn. Do đó, phẩm chất của sự chú ý trở nên giống như một kênh vô tuyến rõ ràng, không có bất kỳ tiếng ồn hoặc tĩnh điện bên ngoài nào. Ở giai đoạn này, bạn không còn gặp phải sự kháng cự đối với việc thực hành thiền và các buổi thiền của bạn có thể kéo dài một giờ hoặc hơn.

7. Hoàn toàn bình định tâm trí

Với cảm hứng và sự kiên trì, sự cảnh giác hoàn toàn được phát triển hơn nữa, do đó những dấu vết còn sót lại của sự chìm đắm và phấn khích vi tế sẽ bị loại bỏ và do đó biến mất hoàn toàn. Do đó, bạn có thể từ bỏ sự chìm đắm và trạo cử vi tế ngay khi chúng được tạo ra nhờ *sức mạnh của sự nhiệt tình siêng năng*. Bằng cách này, ngay khi bạn bắt đầu chìm vào giấc ngủ, hãy khơi dậy sự chú ý của bạn và khi sự phấn khích xảy ra, bạn sẽ thả lỏng một chút. Do đó, sự mất cân bằng về khả năng chú ý này được nhận ra nhanh chóng và dễ dàng khắc phục bằng những điều chỉnh khá tinh tế.

V. HỢP NHẤT CÁI TÂM (NHƯ BIỂN KHÔNG GỢN SÓNG)

Việc thực hành nhận biết hơi thở giờ đây đã chuyển sang nhận thức về một dấu hiệu tinh thần ổn định đẹp đẽ, hay nimitta. Sau khi đã vượt qua hầu hết mọi dấu vết của hôn trầm và phấn khích, giờ đây việc hành thiền đang tiến triển một cách suôn sẻ và dễ dàng. Bạn học cách tin tưởng hoàn toàn vào trải nghiệm của mình và duy trì sự tập trung vào đối tượng, cố gắng từ bỏ mọi sự kiểm soát khi vẻ đẹp mãnh liệt của nimitta thu hút sự chú ý của bạn mà không cần sự trợ giúp của bạn. Bạn chỉ cần tận hưởng chuyến đi khi sự chú ý của bạn được tập trung vào trung tâm hoặc ánh sáng mở rộng và bao bọc bạn.

Tiếp tục với ví dụ về con vật nhút nhát chỉ đến gần bạn khi bạn đứng yên, bạn nhận thấy rằng có nhiều con vật xuất hiện hơn khi bạn thậm chí còn đứng yên hơn. Lúc đầu chỉ có những loài động vật bình thường xuất hiện, nhưng bây giờ những loài động vật kỳ lạ và tuyệt vời xuất hiện. Tương tự như vậy, các nimitta khác xuất hiện sẽ đưa bạn đến những cấp độ thiền sâu hơn. Đặc biệt, một dấu hiệu tinh thần vi tế hơn được gọi là dấu hiệu tương ứng (*patibhaga nimitta*) xuất hiện ở một giai đoạn nhất định, như thể thoát ra khỏi dấu hiệu thu được. Nó thanh tịnh hơn nhiều, mặc dù nó không có màu sắc cũng như hình dạng. Sự xuất hiện của dấu hiệu này tương ứng với việc đạt được shamatha. Những giai đoạn cuối cùng trong quá trình thực hành Anapanasati của Đức Phật đề cập đến kinh nghiệm thiền định và tuệ giác, sẽ được thảo luận sau.

Mô tả này tương đương với hai trạng thái chú tâm cuối cùng dẫn trực tiếp đến shamatha, giai đoạn thứ mười:

8. Nhất Tâm

Ở giai đoạn này, bạn phát triển một khả năng tự phát đặc biệt để tập trung vào đối tượng trong thời gian bao lâu tùy thích. Cần phải nỗ lực một chút khi bắt đầu thiền và sau đó bạn có thể trôi theo đà của sự thực hành mà không bị gián đoạn và không cần gắng sức thêm nữa. Do đó, sự chìm đắm và trạo cử vi tế sẽ được loại bỏ chỉ với một mức độ nỗ lực nhỏ nhờ sức mạnh của sự tinh tấn nhiệt tình. Trong giai đoạn thứ tám này, bạn đạt được *sự tham gia không gián đoạn*, có nghĩa là tâm trí có thể tập trung liên tục vào đối tượng của sự tập trung. Điều này trái ngược với các giai đoạn trước, khi tất cả đều đạt được với sự tương tác bị gián đoạn.

Trong giai đoạn này, bạn có thể duy trì sự chú ý tập trung

cao độ trong khoảng ba giờ hoặc lâu hơn, và tâm trí bạn vẫn giống như một đại dương không bị sóng lay động, chỉ thỉnh thoảng bị gợn sóng làm xáo trộn.

9. Cân Bằng

Ở giai đoạn thứ chín, có sự đi vào và an trú trong thiền sâu một cách dễ dàng. Tâm trí đặt chính nó vào đối tượng theo cách riêng của nó, một cách dễ dàng và tự nhiên. Điều này đạt được thông qua sức mạnh của sự quen thuộc hoàn toàn và sự tham gia tự phát. Tâm bây giờ đã được an định hoàn toàn và thậm chí sự hôn trầm và phấn khích vi tế không thể phát sinh được, và bạn có thể duy trì sự tập trung hoàn hảo trong ít nhất bốn giờ. Tuy nhiên, nếu bạn ngừng tập luyện thì sự buồn tẻ và phấn khích vẫn có thể làm xói mòn trạng thái cân bằng chú tâm của bạn, vì chúng vẫn chưa bị loại bỏ hoàn toàn.

Đạt được trạng thái chú tâm thứ chín này là mức đạt đến đỉnh cao trong ‹cõi dục giới›, trạng thái mô tả trạng thái tinh thần của con người. Điều này tự nhiên dẫn đến việc đạt được shamatha.

10. Sự chứng đắc Shamatha

Khi shamatha thực sự đạt được, có một sự chuyển tiếp căn bản trong thân và tâm bạn và bạn cảm thấy mình giống như một con bướm chui ra khỏi kén. Tâm trí của bạn ở giai đoạn này đã vượt ra ngoài cõi dục vọng và bây giờ bạn đã tiếp cận được *cõi sắc tướng*, một chiều hướng tinh tế của ý thức vượt qua cõi giác quan vật lý.

Sự thay đổi này được đặc trưng bởi những trải nghiệm cụ thể diễn ra trong một khoảng thời gian ngắn. Đầu tiên, một cơn gió mạnh đi vào qua đỉnh đầu và hòa tan khắp cơ thể bạn, và bạn cảm thấy như thể mình được tràn ngập sức mạnh của một năng lượng năng động phúc lạc. Cả cơ thể và tâm trí của bạn bây giờ đều thấm nhuần một loại nhu hoạt đặc biệt, làm cho cơ thể cảm thấy phấn chấn và thoát khỏi tình trạng rối loạn chức năng thể chất, đồng thời lấp đầy tâm trí với một cảm giác vui sướng tràn ngập. Bạn có một cảm giác hoàn toàn tươi mới và năng lực tinh thần tăng lên - do đó, tâm trí bạn giống như ngọn đèn dầu không bị gió lay động, nghỉ ngơi trong sáng và trong trẻo, không bị lay động bởi bất cứ điều gì.

Một khi bạn đã đạt được shamatha, bạn có thể tùy ý đi vào trạng thái này và thiền định bao lâu tùy thích mà không bị gián đoạn, và thậm chí bạn có thể tồn tại mà không cần những yêu cầu cơ bản như ăn, uống hoặc ngủ. Trong khi thiền định, sự chú tâm của bạn hoàn toàn bị rút khỏi các giác quan thể chất, những suy nghĩ lan man và hình ảnh tinh thần, mặc dù bạn có thể ra hiệu cho mình thoát ra khỏi thiền sau một khoảng thời gian nhất định. Tuy nhiên, những khuynh hướng phiền não không được tận diệt hoàn toàn và những cảm xúc mạnh mẽ vẫn có thể nổi lên trong những điều kiện nhất định. Mặt khác, nếu bạn có thể thực sự từ bỏ những mối quan tâm trần tục và mong muốn đạt được sự giải thoát khỏi đau khổ, bạn có thể sử dụng shamatha như một công cụ để đạt được cái nhìn sâu sắc trực tiếp vào sự thật về vô thường, đau khổ và vô ngã. Điều này có thể dẫn đến việc loại bỏ hoàn toàn mọi cảm xúc phiền não và trạng thái tinh thần, vì khi bạn nhận ra rằng không có "bản ngã" nào tồn tại thì những trạng thái tâm này không có gì để bám víu. Đây là niết bàn.

VI. TÓM TẮT CON ĐƯỜNG SHAMATHA

Theo truyền thống, chín trạng thái chú ý dẫn đến shamatha được mô tả bằng hình vẽ một con voi, một con khỉ và một nhà sư, như minh họa bên dưới. Năm ký hiệu tượng trưng cho năm đối tượng giác quan, những đối tượng kích động tâm trí. Con voi đen tượng trưng cho sự hôn trầm thô thiển của tinh thần, con khỉ đen tượng trưng cho sự kích động thô thiển và nhà sư tượng trưng cho người hành thiền.

Lúc đầu, con khỉ đen hoàn toàn kiểm soát được con voi, nghĩa là bạn bị điều khiển một cách tự nhiên bởi sự xao lãng. Nhà sư ban đầu làm việc rất chăm chỉ để cố gắng kiểm soát tâm trí của mình và ngọn lửa tượng trưng cho nỗ lực to lớn cần có. Với nỗ lực bền bỉ, nhà sư dần dần bắt đầu kiểm soát được con voi và nhờ kỷ luật cao độ, bạn bắt đầu vượt qua được sự kích động. Con voi trở nên trắng hơn, có nghĩa là hôn trầm thô thiển đang dần dần bị tận diệt nhờ nỗ lực thiền định. Tuy nhiên, tại thời điểm này, một con thỏ đen nhỏ xuất hiện trên đầu con voi, biểu thị sự buồn tẻ vi tế. Tiếp tục thực hành thiền một cách siêng năng, bạn sẽ đến giai đoạn tiếp theo, lúc này con khỉ đã mất kiểm soát con voi nhưng thỉnh thoảng vẫn cố gắng làm gián đoạn. Điều này có nghĩa là bạn chỉ thỉnh thoảng gặp khó khăn với tình trạng kích động và uể oải về tinh thần.

Dần dần con khỉ ngày càng ít làm gián đoạn và nhà sư kiểm soát được con voi nhiều hơn. Con voi trở nên trắng hơn cho đến khi trắng hoàn toàn. Lúc này con khỉ không còn điều khiển được con voi nữa. Cuối cùng, bạn đạt đến giai đoạn mà tâm trí bạn đã hoàn toàn bình tĩnh và bạn có thể hoàn toàn kiểm soát được tâm trí mình thay vì bị cảm xúc điều khiển. Điều này được thể hiện qua việc nhà sư thiền định trong khi con voi hoàn toàn bình tĩnh. Ngoài giai đoạn này, chúng ta thấy nhà sư đang thiền định khi ngồi trên voi. Chúng ta cũng thấy hai đường cầu vồng nổi lên từ trái tim của nhà sư, tượng trưng cho sự phát triển của các năng lực siêu nhiên khi làm chủ được thiền shamatha. Khi đó bạn đã đạt được khả năng tập trung nhất tâm vào việc phát triển tuệ giác, hay thiền vipassana. Tùy thuộc vào loại con đường mà bạn đang theo đuổi, bạn có thể tiến bộ qua nhiều giai đoạn khác nhau của tuệ giác sâu sắc hơn cho đến khi cuối cùng bạn đạt đến giác ngộ.

Tiến trình 9 giai đoạn phát triển tâm linh: Sáu sức mạnh của việc Học tập, Chiêm niệm, Trí nhớ, Hiểu biết, Tinh tấn, và Hoàn thiện

Theo truyền thống Nguyên thủy, việc hoàn thành shamatha bằng cách sử dụng hơi thở làm đối tượng sẽ đặt bạn trước ngưỡng cửa trải nghiệm các jhana, trạng thái tập trung thậm chí còn rực rỡ và mạnh mẽ hơn, và những trạng thái này dẫn trực tiếp đến tuệ giác. Đức Phật tóm tắt con đường này bằng cách nói rằng chánh niệm về hơi thở là 'một điều mà khi được phát triển và tu tập sẽ thành tựu bốn điều' – bốn niệm xứ. Bốn nền tảng này được mô tả là "bốn điều, khi tu tập sẽ thành tựu bảy điều". Đây là *bảy yếu tố giác ngộ* - chánh niệm, nghiên cứu, phân biệt, tinh tấn, hỷ lạc, tĩnh lặng, định và xả. Khi đó, bảy yếu tố này được mô tả là "bảy điều mà khi được phát triển và trau dồi sẽ hoàn thành hai điều" – chân trí, và giải thoát.

Kinh điển nói rằng thường cần ít nhất sáu đến mười hai tháng thực hành toàn thời gian để đạt được shamatha, tuy nhiên điều này khác nhau đáng kể giữa các cá nhân. Theo truyền thống Jonang của Phật giáo Tây Tạng, người ta sẽ thực hành trong phòng tối với mục đích đạt được shamatha, và đối với những thiền giả giỏi nhất, việc này chỉ mất khoảng một trăm ngày. Tuy nhiên, thường cần phải có một số bước chuẩn bị nhất định để thực hành mật tông này vì nó khá cao cấp.

CHƯƠNG 3

CÁC CHƯỚNG NGẠI CHO VIỆC HÀNH THIỀN

Biết những trở ngại đối với việc thực hành thiền là điều cần thiết để hiểu được trạng thái hiện tại của tâm trí bạn và khám phá cách vượt qua những cảm xúc và trạng thái tinh thần phản tác dụng. Những trở ngại xuất hiện trong khi thiền cũng giống như những trở ngại xuất hiện trong cuộc sống hàng ngày, vì vậy bằng cách học cách vượt qua chúng, bạn đang phát triển một kỹ năng rất hữu ích. Nhận thức được những trở ngại cũng có thể giúp bạn 'bắt đầu từ vị trí hiện tại' và có những kỳ vọng thực tế hơn về việc thực hành của mình, đồng thời thừa nhận rằng cần có thời gian để thay đổi một số thói quen nhất định suốt đời. Ở cấp độ cao hơn, nó có thể giúp bạn xác định chính xác giai đoạn nào của con đường thiền định mà bạn đã đạt được và cách tiến xa hơn.

Trong truyền thống Nguyên thủy, năm chướng ngại được mô tả - ham muốn nhục dục, ý xấu, bồn chồn, hối hận và không chắc chắn (hoặc nghi ngờ). Mỗi điều này có thể được khắc phục bằng những phương pháp điều trị cụ thể và chúng được loại bỏ hoàn toàn ở những giai đoạn thiền định nâng cao nhất định. Trong khi đó, truyền thống Đại thừa nói về năm lỗi trong thực hành thiền xảy ra ở nhiều mức độ khác nhau trong chín trạng thái chú tâm và những lỗi này được khắc phục bằng cách áp dụng tám phương pháp giải độc tương ứng. Đầu tiên tôi sẽ mô tả năm chướng ngại và sau đó giải thích năm lỗi lầm, cùng với các phương pháp giải

5 Chướng Ngại Cho Việc Thực Hành Thiền.

độc cho chúng. Tiếp theo là phần mô tả năm phương pháp để loại bỏ những suy nghĩ xao lãng theo truyền thống Nguyên Thủy.

I. NĂM CHƯỚNG NGẠI

Năm chướng ngại dần dần yếu đi và cuối cùng được loại bỏ khi bạn tiến bộ trên con đường thiền định. Khi bạn bắt đầu hành thiền và khám phá ra tâm trí mình thực sự ồn ào đến mức nào, chúng có thể hoàn toàn chi phối việc hành thiền của bạn. Tuy nhiên, khi quá trình thực hành của bạn tiến triển, chúng sẽ dần dần lắng xuống và bạn khám phá ra một tâm trí tĩnh lặng và trong sáng một cách tự nhiên.

Năm chướng ngại này là:

1. *Ham muốn nhục dục*

Điều này được ví như một ao rừng tĩnh lặng trộn lẫn với đất sét màu. Nếu bạn quan sát hình ảnh phản chiếu khuôn mặt của mình trong vũng nước này, bạn sẽ không nhận ra hoặc nhìn thấy nó một cách rõ ràng. Tương tự như vậy, do sống trong tâm bị dục lạc lấn át và không biết cách thoát khỏi trạng thái tâm này, bạn không thể nhìn thấy thực tại như nó vốn là và không thể mang lại lợi ích cho bản thân hoặc người khác.

Ham muốn nhục dục không chỉ đề cập đến sự ham muốn không kiểm soát được mà còn là sự dính mắc vào các đối tượng của năm giác quan – hình ảnh, âm thanh, mùi, vị và xúc giác hấp dẫn. Chìa khóa để vượt qua trở ngại này là từ bỏ nó từng chút một. Trước tiên, bạn có thể học cách chánh niệm và tiếp nhận các đối tượng giác quan mà không phản ứng với chúng, và dần dần bạn sẽ ít có khuynh hướng bị phân tâm hoặc 'bị lôi kéo' bởi những đối tượng này trong thiền định và trong cuộc sống hàng ngày. Người nào có nhiều ham muốn xác thịt cũng có thể được lợi ích từ việc thiền định về những khía cạnh ghê tởm của cơ thể. Cũng có thể hữu ích khi nhận thức được rằng loại hạnh phúc hay trạng thái xuất thần lớn nhất mà chúng ta thường theo đuổi khi ham muốn nhục dục chỉ có thể tìm thấy khi chúng ta buông bỏ mọi ham muốn, chẳng hạn như khi thiền sâu.

2. Ý xấu

Điều này giống như một hồ nước trong rừng tĩnh lặng được đun nóng từ bên dưới, sủi bọt và sôi sục. Nếu bạn quan sát hình ảnh phản chiếu khuôn mặt của mình trong vũng nước này, bạn sẽ không nhận ra hoặc nhìn thấy nó một cách rõ ràng. Tương tự như vậy, khi sống trong tâm bị ám ảnh bởi ác ý, bạn không thể nhìn thấy thực tại như nó là và không thể mang lại lợi ích cho bản thân hoặc người khác.

Phương pháp chữa trị ác ý là thiền định về lòng từ hay tâm từ. Sân hận có thể hướng tới chính bạn, tới người khác hoặc tới đối tượng thiền. Sân hận đối với bản thân thường liên quan đến cảm giác tội lỗi, những kỳ vọng vô lý về bản thân hoặc lớn lên trong môi trường thiếu tình yêu thương nhân ái. Nó có thể giúp hướng tâm từ đến hình ảnh một đứa trẻ ngây thơ, trẻ trung, đại diện cho sự thuần khiết trong bản chất thực sự của bạn. Bạn có thể chống lại ác ý đối với người khác theo cách tương tự, nhớ rằng mọi người đều đang tìm kiếm hạnh phúc, giống như bạn, và mở rộng vòng tâm từ của mình để bao gồm cả những người thân thiết cũng như xa cách. Thiền có thể giống như một công việc vặt nếu bạn có ác ý với đối tượng của mình, vì vậy sẽ rất hữu ích nếu bạn xem nó như một người bạn thân yêu, học cách yêu thương và trân trọng nó như đứa con duy nhất của mình.

3. Hôn trầm và buồn ngủ

Điều này được ví như một hồ nước tĩnh lặng trong rừng phủ đầy rêu, tảo và chất nhờn. Nếu bạn quan sát hình ảnh phản chiếu khuôn mặt của mình trong vũng nước này, bạn sẽ không nhận ra hoặc nhìn thấy nó một cách rõ ràng. Tương tự như vậy, do sống trong hôn trầm và buồn ngủ, bạn không thể nhìn thấy thực tại như nó là và không thể mang lại lợi ích cho bản thân hoặc người khác.

Chìa khóa để vượt qua hôn trầm là trước hết phải làm hòa với nó và ngừng đấu tranh với nó – nếu không tâm trí có xu hướng dao động điên cuồng giữa hôn trầm và kích động. Nếu bạn đang trong trạng thái thư giãn và bắt đầu rơi vào trạng thái hôn trầm, điều quan trọng là phải thắt chặt tâm trí, nâng cao sự tỉnh táo của bạn như thể bạn đang đi trên bờ vực của một vách đá. Bạn cũng có thể suy ngẫm về cơ hội quý giá mà bạn có để phát triển tâm trí bằng việc thực hành thiền định hoặc các chủ đề truyền cảm hứng khác. Tuy nhiên, nếu vẫn cảm thấy mệt mỏi thì tốt nhất bạn nên nghỉ ngơi thay vì ép buộc thiền. Đôi khi sự buồn tẻ có thể không phải là vấn đề mà là ác ý, vì chúng ta có xu hướng trốn thoát vào tình trạng buồn tẻ nếu không thích thú với những gì mình đang làm.

4. Bồn chồn và hối hận

Điều này giống như một hồ nước tĩnh lặng trong rừng bị gió khuấy động, gợn sóng, cuộn xoáy và cuộn thành những đợt sóng nhỏ. Nếu bạn quan sát hình ảnh phản chiếu khuôn mặt của mình trong vũng nước này, bạn sẽ không nhận ra hoặc nhìn thấy nó một cách rõ ràng. Tương tự như vậy, khi sống trong tâm bị ám ảnh bởi sự bồn chồn và hối hận, bạn không thể nhìn thấy thực tại như nó là và không thể mang lại lợi ích cho bản thân hoặc người khác.

Sự bồn chồn được khắc phục bằng cách nuôi dưỡng cảm giác hài lòng bên trong, thoát khỏi sự mong đợi và hạnh phúc khi được tĩnh lặng và im lặng. Nó cũng có thể giúp thư giãn thiền định và đảm bảo cơ thể được thư giãn. Sự hối hận có liên quan đến lương tâm bất an, và nếu đúng như vậy, nó có thể được khắc phục bằng cách tha thứ cho bản thân và học hỏi từ những sai lầm của mình, biết rằng ai cũng mắc sai lầm. Những biện pháp chữa trị khác cho trạng thái tâm trí kích động sẽ được mô tả sau.

5. Không chắc chắn hoặc nghi ngờ

Chướng ngại này phát sinh khi bạn bị cản trở bởi sự thiếu quyết đoán, không thể quyết định một đường lối hành động và nhìn thấu nó. Nó đề cập đến sự không chắc chắn về lời dạy của Đức Phật, về vị thầy hoặc về chính bạn. Nó được ví như một ao rừng tĩnh lặng, đục ngầu, không yên và lầy lội. Lại nữa, nếu bạn quan sát hình ảnh phản chiếu khuôn mặt của mình trong vũng nước này, bạn sẽ không nhận ra nó hoặc nhìn thấy nó một cách rõ ràng. Tương tự như vậy, khi sống trong tâm trí bị choáng ngợp bởi sự không chắc chắn, bạn không thể nhìn thấy thực tại như nó vốn là và không thể mang lại lợi ích cho bản thân hoặc người khác.

Sự không chắc chắn về lời dạy của Đức Phật có thể được khắc phục bằng cách kiểm tra chúng và suy ngẫm về những lợi ích của việc tuân theo chúng. Bằng cách nghiên cứu và thực hành chúng, cũng như tìm kiếm sự khích lệ từ những người bạn tâm linh, bạn có thể có được tâm trí sáng suốt và niềm tin dựa trên lý trí và kinh nghiệm trực tiếp. Trong khi đó, sự không chắc chắn về vị thầy có thể được khắc phục bằng cách kiểm tra cẩn thận họ trước khi đưa ra kết luận rằng họ đáng tin cậy. Trong khi đó, sự nghi ngờ bản thân có thể được khắc phục bằng quyết tâm và sự hướng dẫn khéo léo; Tuy nhiên, bạn nên biết rằng điều này thường cùng tồn tại với những chướng ngại khác như sự trì trệ hay ác ý đối với chính mình.

Điều gì sẽ xảy ra nếu thông qua thực hành, bạn có thể vượt qua những trở ngại này? Điều này giống như ao rừng tĩnh lặng, không lẫn đất sét màu, không sủi bọt và sôi sục, không phủ rêu và chất nhờn, không bị gió khuấy động và không đục đục, mà khá trong, thanh tịnh và tĩnh lặng; rồi nếu bạn quan sát hình ảnh phản chiếu khuôn mặt của bạn trong vũng nước này, bạn sẽ nhận ra nó một cách rõ ràng và thấy nó như nó vốn là. Cũng vậy, khi bạn đạt được trạng thái tâm không còn bị ám ảnh bởi dục vọng, sân hận, hôn trầm và buồn ngủ, bồn chồn, hối hận, hay bất an, bạn sẽ thấy thực tại như nó vốn là và hoàn thành điều tốt cho chính mình và cho người khác.

II. NĂM LỖI LẦM VÀ TÁM THUỐC GIẢI ĐỘC

Năm lỗi lầm và tám cách đối trị cung cấp cho chúng ta một khuôn khổ hiệu quả để nhận biết và khắc phục những chướng ngại cản trở khả năng thiền định của chúng ta. Chúng mô tả những trở ngại khác nhau cho việc thiền định thành công, và xuất hiện khi bạn tiến bộ qua chín trạng thái chú tâm dẫn đến shamatha. Hiểu biết về những lỗi lầm này và cách giải quyết chúng có thể giúp bạn đối phó với chúng nhanh chóng và hiệu quả nhất có thể, không chỉ trong lúc thiền định mà còn trong cuộc sống hàng ngày.

Năm lỗi lầm bao gồm: lười biếng, không biết hay quên hướng dẫn, tinh thần hôn trầm và trạo cử, áp dụng chưa đủ và áp dụng quá mức. Trong khi đó, tám loại thuốc giải độc là: nguyện vọng, niềm tin, tinh tấn, tinh thần nhu hoạt, tỉnh giác, chánh niệm, ứng dụng các phương thuốc và sự bình tâm. Năm lỗi lầm cùng với các phương pháp giải độc tương ứng được mô tả như sau:

1. Sự lười biếng (thuốc giải: khát vọng, niềm tin, tinh tấn, và tinh thần nhu hoạt)

Sự lười biếng là một trở ngại lớn cho việc thực hành thiền của bạn cũng như cho việc đạt được các mục tiêu khác. Lười biếng không chỉ có nghĩa là quanh quẩn và không làm gì cả. Có ba loại lười biếng:

1.1 Sự tự mãn

Điều này biểu hiện ở việc không muốn hành thiền hoặc không muốn thực hành thiền, thiếu ham muốn hoặc không thích hành thiền.

1.2 Thiếu tự tin

Điều này ám chỉ sự thiếu tự tin vào khả năng thiền định và đạt được shamatha hoặc bất kỳ thành tựu nào khác của bạn.

1.3 Thường xuyên bận rộn

Điều này có nghĩa là bạn phải làm nhiều việc không cần thiết, còn được gọi là sự lười biếng tích cực.

Điều quan trọng là phải nhận thức được những xu hướng này. Sự lười biếng có thể được khắc phục bằng cách phát triển niềm tin vào những phẩm chất tuyệt vời của thiền định và nguyện vọng đạt được những phẩm chất này. Chỉ khi đó chúng ta mới coi trọng việc thực hành thiền đủ để coi nó là ưu tiên hàng đầu trong cuộc sống. Niềm tin và khát vọng này truyền cảm hứng cho chúng ta phát triển tinh tấn và nỗ lực hoan hỷ, điều mà cuối cùng mang lại sự nhu mì hỷ lạc và sự tỉnh táo dễ chịu cho tâm trí. Thông qua sức mạnh của sự quen thuộc, bạn sẽ đạt được sự mềm dẻo cả về tinh thần và thể chất, sự linh hoạt độc đáo của cơ thể và tâm trí.

Nếu bạn trở nên chán nản vì không cảm thấy mình đang tiến bộ, sẽ rất hữu ích nếu bạn nhận ra nỗ lực đáng kinh ngạc mà chúng ta đã bỏ ra vào các lĩnh vực khác của cuộc sống như nuôi dạy con cái hoặc học nghề - những việc này thường phải mất nhiều năm mới thành thạo. Nếu chúng ta thực sự xem xét những lợi ích của thiền định, chúng ta có thể đi đến kết luận rằng việc dành một lượng nỗ lực tương tự cho nhiệm vụ phát triển tâm trí của chính mình là điều đáng làm.

2. Không Biết hoặc Quên Lời Hướng Dẫn (thuốc giải: chánh niệm)

Điều này có nghĩa là đối tượng thiền của bạn hoặc những hướng dẫn khác chưa được học hoặc đã bị quên, nên tâm trí thường xuyên lang thang sang các đối tượng khác. Thay đổi đối tượng thiền quá thường xuyên, đặc biệt là trong một thời thiền, cũng là một trở ngại cho việc đạt được sự tập trung nhất tâm. Phương pháp chữa trị cho tình trạng này là chánh niệm, nó cho phép bạn giữ lại đối tượng thiền và giúp bạn không quên những hướng dẫn. Chánh niệm đề cập đến cả việc ghi nhớ các hướng dẫn thiền và thu hút tâm trí để nó trở nên 'đầy đủ' đối tượng.

Đồng thời khi bạn đang chánh niệm, bạn cũng có thể bắt đầu phát triển sự cảnh giác. Điều này có nghĩa là quan sát chính tâm thiền và phát hiện khi nào tâm đi lang thang khỏi đối tượng, thậm chí theo một cách tinh tế, để bạn có thể áp dụng phương pháp điều trị thích hợp. Nó giống như một nhà bình luận không tham gia báo cáo về những gì đang xảy ra nhưng không thực sự tham gia.

3. Hôn trầm và tinh thần kích động (thuốc giải độc: cảnh giác)

3.1 Kích động thô:

Trong giai đoạn đầu của thiền, tâm trí bị kích động và thường xuyên lang thang hướng tới các đối tượng bên ngoài. Sự kích động này xảy ra khi sự tập trung của bạn bị giữ quá chặt hoặc cơ thể bạn bị căng thẳng quá mức và không được thư giãn đủ. Khi tâm trí xao lãng hoàn toàn chuyển hướng khỏi đối tượng tập trung của nó, điều này thường khá dễ phát hiện. Tuy nhiên, lúc đầu, có thể phải mất vài phút để tâm trí chưa được huấn luyện thực sự nhận thấy rằng đối tượng đã bị thất lạc. Sự kích động thô được ví như sự chuyển động của một đám mây, rất dễ nhận biết khi nó xảy ra. Việc áp dụng bài thuốc nhìn chung không quá khó khăn ở giai đoạn này.

Biện pháp khắc phục

Có nhiều biện pháp khắc phục khác nhau để phù hợp với từng cá nhân khác nhau. Bạn có thể hạ vật xuống, tưởng tượng nó nặng hơn, đặt lưỡi lên răng cửa dưới, nhắm mắt lại một lúc hoặc tập trung vào các cảm giác trên cơ thể và làm cho toàn bộ cơ thể thư giãn. Nếu tâm trí quá bị kích thích và cần được lắng dịu và điều phục, việc thiền định về một chủ đề tỉnh táo như bản chất đau khổ của luân hồi hoặc sự sắp xảy ra của cái chết cũng có thể giúp ích. Một kỹ thuật khác để điều phục tâm là hình dung một chấm đen cạnh chỗ ngồi của bạn. Nếu bạn bồn chồn, tập thể dục sẽ khiến bạn mệt mỏi và đầu óc bớt lang thang hơn, cũng như chế độ ăn nhiều chất béo. Lúc đầu, những suy nghĩ lang thang rất khó phát hiện, nhưng theo thời gian và sự thực hành, nhận thức như vậy sẽ trở nên tự nhiên.

3.2 Hôn trầm thô

Điều này xảy ra khi tâm trí u ám hoặc buồn ngủ và không có sự sáng suốt, vì tâm trí quá thu mình vào bên trong và sắp rơi vào giấc ngủ. Ở đây, sự trong sáng ám chỉ một trạng thái tâm trong sáng, trong trẻo và tươi sáng chứ không ám chỉ đối tượng của thiền.

Biện pháp khắc phục

Bạn có thể làm sáng hoặc nâng cao đối tượng thiền bằng cách hơi ngước mắt lên hoặc chú ý kỹ hơn đến các chi tiết của nó, như thể bạn sẽ rơi khỏi vách đá nếu đánh mất đối tượng. Bạn cũng có thể nâng cao tâm trí bằng cách nhớ lại điều gì đó lành mạnh hoặc truyền cảm hứng, chẳng hạn như những phẩm chất của Tam Bảo, hoặc đi đến một nơi trên cao với tầm nhìn rộng lớn. Một kỹ thuật khác để làm tâm sáng lên là hãy tưởng tượng một luồng sáng trắng ở trán giữa hai mắt bạn. Ở trong một nơi mát mẻ và thoáng mát cũng sẽ giúp tinh thần sảng khoái, cũng như việc tạt nước vào mặt, tập thể dục ngoài trời và tuân thủ chế độ ăn kiêng nhẹ.

Tuy nhiên, bạn phải hết sức cẩn thận để phân biệt mệt mỏi do lười biếng hoặc ngủ quá nhiều với mệt mỏi vì bạn thực sự cần nghỉ ngơi. Cũng cần phải nhận thức được rằng bệnh tật đôi khi biểu hiện dưới dạng mệt mỏi. Nếu thực sự cần nghỉ ngơi, bạn sẽ tiếp tục cảm thấy mệt mỏi dù đã áp dụng các biện pháp trên. Trong trường hợp này, điều quan trọng là phải nghỉ ngơi, vì cố gắng quá sức có thể phản tác dụng.

3.3 Kích động vi tế

Điều này khó nhận ra hơn, xảy ra khi một phần tâm trí đang thoải mái nghỉ ngơi trên đối tượng thiền trong khi phần khác lại lang thang sang đối tượng khác mà bạn không nhận ra. Điều này được ví như một con khỉ di chuyển nhanh, khó phát hiện hơn nhiều.

Biện pháp khắc phục

Để khắc phục sự dao động vi tế, bạn phải phát triển một tinh thần cảnh giác đặc biệt mạnh mẽ và năng lực. Điều này không thể đạt được bằng các phương tiện trí tuệ mà chỉ có thể đạt được thông qua kinh nghiệm và thực hành của chính bạn. Nhờ đã có được bằng thực hành lặp đi lặp lại, cuối cùng tâm bạn sẽ có thể nhận diện được sự dao động vi tế ngay khi nó phát sinh và nhanh chóng quay trở lại đối tượng.

3.4 Hôn trầm vi tế (chìm xuống)

Lỗi hôn trầm vi tế, hay chìm đắm, thường không được những người mới bắt đầu nhận ra bởi vì họ thường quá dao động. Nó chỉ được nhận ra khi một thiền giả tiến bộ hơn và có khả năng tập trung vào đối tượng với một mức độ ổn định nào đó, thường là ở trạng thái chú tâm thứ năm. Sự lờ mờ vi tế xảy ra khi có sự cố định và một chút sáng tỏ nhưng không có cường độ - điều này có nghĩa là có rất ít sức sống hoặc sức mạnh để giữ chặt đối tượng. Điều này khó phát hiện và loại bỏ hơn nhiều. Thực tế, nhiều thiền sinh bị mắc kẹt ở đây, cảm thấy như thể việc thiền của họ đang tiến triển rất tốt. Đây là một cái bẫy phổ biến.

Biện pháp khắc phục

Phương thuốc chữa trị sự chìm đắm vi tế là phát triển một cường độ đặc biệt mạnh mẽ, mạnh mẽ và sống động, điều này chỉ có thể được phát triển với kỷ luật đáng kinh ngạc. Đây không phải là điều có thể diễn tả bằng trí tuệ mà chỉ có những hành giả lão luyện mới có thể trải nghiệm được. Nó cũng có thể giúp làm mới tâm trí bằng cách suy ngẫm về một chủ đề truyền cảm hứng cho bạn chẳng hạn như lòng biết ơn đối với vị Thầy của bạn, những lợi ích của việc được sinh ra làm người quý báu hay ước vọng đạt đến giác ngộ. Những suy nghĩ này đề cao và nâng cao tâm trí.

4. Áp dụng Chưa đủ (thuốc giải độc: áp dụng biện pháp khắc phục)

Điều này có nghĩa là không thực hiện đủ hành động để điều chỉnh hôn trầm, trạo cử hay lười biếng khi chúng phát sinh. Bạn không áp dụng được phương pháp điều trị, thường là do bạn quá thờ ơ hoặc tự mãn. Biện pháp khắc phục ở đây là hành động và áp dụng phương pháp giải độc phù hợp. Đôi khi, bạn có thể tạm dừng quá trình thiền bằng cách đi bộ xung quanh một lúc, duỗi cơ thể, tạt nước mát lên mặt hoặc hít thở không khí trong lành. Khi trở lại chỗ ngồi, bạn có thể thấy việc tiếp tục hành thiền trở nên dễ dàng hơn. Điều cũng có thể giúp là ghi nhớ nhiều lợi ích của việc thực hành thiền định.

5. Áp dụng Quá mức (thuốc giải độc: bình thản)

Đây là sai lầm khi áp dụng biện pháp khắc phục khi không cần thiết hoặc áp dụng quá mức. Một ví dụ có thể là khi tình trạng chìm đắm và kích động đã được nhận biết và sửa chữa, nhưng bạn vẫn tiếp tục áp dụng nhiều hành động khắc phục hơn. Thuốc giải cho vấn đề này là áp dụng 'sự bình thản'. Nói cách khác, hãy để nó yên.

Nếu bạn ghi nhớ năm lỗi lầm và tám cách đối trị này, việc thiền định của bạn sẽ không còn là một chuyện 'trúng quả' nữa mà là một quá trình năng động mà từ đó bạn chắc chắn sẽ được hưởng lợi. Để rèn luyện bản thân nhận ra những lỗi lầm này và áp dụng các phương pháp giải độc, trước hết, có thể hữu ích nếu bạn cố tình luân phiên giữa việc buông lỏng và mài giũa tâm trí. Ví dụ, bạn có thể hít thở sâu vài lần, thở ra nói 'thư giãn', thả lỏng tư thế, đặt lưỡi dưới hàm răng dưới hoặc hình dung một chấm đen ở đáy xương chậu, sau đó thở ra vài hơi nói 'cảnh giác' với thở ra, thắt chặt tư thế, đặt lưỡi phía sau hàm răng trên hoặc quán tưởng một chấm trắng ở trán. Khi bạn tiến bộ, những điều chỉnh của bạn sẽ trở nên ít thường xuyên hơn và ngày càng tinh tế hơn, khi bạn học cách nhanh chóng nhận ra hôn trầm và trạo cử và dần dần phát triển các kỹ năng chánh niệm và cảnh giác.

III. NĂM CÁCH ĐỂ LOẠI BỎ NHỮNG SUY NGHĨ MẤT TẬP TRUNG

Truyền thống Nguyên thủy mô tả năm cách để loại bỏ những suy nghĩ xao lãng, đó là những phương thuốc bổ sung cho những trở ngại trong việc thực hành thiền định. Đây là những hướng dẫn mang tính thực tế cao, có thể giúp bạn vượt qua những tư tưởng xâm nhập và ổn định tâm trí, đồng thời không chỉ phù hợp với việc hành thiền mà còn liên quan đến cuộc sống hàng ngày của bạn. Các biện pháp khắc phục sau này thường có hiệu quả nếu những biện pháp trước đó không thành công. Điều thú vị là những kỹ thuật này cũng bao gồm nhiều kỹ thuật được sử dụng trong tâm lý học hiện đại.

Năm hướng dẫn này là:

1. *Chú ý đến trạng thái lành mạnh của tâm*

Nếu những tư tưởng bất thiện khởi lên liên quan đến tham, sân và si, và bạn chú ý đến những tư tưởng thiện khác, thì những tư tưởng bất thiện đó sẽ lắng xuống và cuối cùng bị loại bỏ và tâm trở nên vững chắc, thống nhất và tập trung. Điều này giống như một người thợ mộc khéo léo dùng một cái chốt tốt để tháo ra một cái chốt thô.

Hai quá trình tâm trí đối lập nhau không thể xảy ra đồng thời, cũng như lửa và nước không thể tồn tại cùng một lúc. Ví dụ, bạn không thể cảm thấy yêu và ghét cùng một lúc, và do đó tập trung vào lòng từ sẽ giúp bạn vượt qua hận thù.

2. Quán chiếu về sự nguy hiểm của những suy nghĩ không tập trung

Nếu những tư tưởng bất thiện vẫn còn khởi lên, bạn nên xem xét những nguy hiểm hay bất lợi của những tư tưởng đó, nghĩ rằng: 'Chúng là bất thiện, đáng chê trách và chỉ mang lại đau khổ cho chính mình và người khác'. Khi làm như vậy, mọi ý nghĩ bất thiện sẽ lắng xuống và cuối cùng bị loại bỏ. Điều này giống như người phụ nữ thích đeo đồ trang sức sẽ cảm thấy ghê tởm, bàng hoàng và tủi nhục nếu nhìn thấy xác một con rắn hoặc xác chó treo trên cổ người khác.

Đức Phật dùng nhiều ví dụ để chỉ ra sự nguy hiểm của việc bám giữ tư tưởng và cảm xúc. Ngài từng ví chúng như cỏ hay lau sậy bên bờ sông - dù bạn có thể nghĩ rằng mình có thể bám vào chúng và leo lên bờ, nhưng chúng đứt rời và bạn bị cuốn trôi theo dòng sông. Ở phương Tây, truyền thống trị liệu nhận thức thử thách chúng ta suy ngẫm về sự nguy hiểm của việc suy nghĩ theo một cách cá biệt, và phân tích cách chúng ta có thể nhìn mọi thứ một cách thực tế hơn.

3. Không chú ý đến những suy nghĩ mất tập trung

Nếu những ý nghĩ bất thiện vẫn còn khởi lên, bạn nên cố gắng quên đi những ý nghĩ này và không chú ý đến chúng nữa, khi làm như vậy chúng sẽ lắng xuống và cuối cùng bị loại bỏ. Điều này giống như người có mắt tốt không muốn nhìn thấy các hình tướng trong tầm mắt nên nhắm mắt lại hoặc nhìn đi chỗ khác.

Điều này có nghĩa là chúng ta có thể rèn luyện bản thân để không bị cuốn vào hay hòa lẫn với những suy nghĩ và cảm xúc đau khổ. Điều này không có nghĩa là bạn đang tránh né chúng; đúng hơn, chúng vẫn ở đó trong vùng ngoại vi nhận thức của bạn nhưng bạn từ chối tin vào chúng hoặc để chúng ảnh hưởng đến cách bạn sống. Ở phương Tây, truyền thống *Trị liệu Chấp nhận và Cam kết* (ACT) có nhiều "kỹ thuật xoa dịu" khác nhau để giảm bớt tác động của những suy nghĩ xao lãng.

4. *Làm yên lặng hành tư tưởng*

Nếu những tư tưởng bất thiện vẫn còn khởi lên, bạn nên chú ý đến việc làm yên lặng sự hình thành tư tưởng của những tư tưởng đó. Khi làm như vậy, mọi ý nghĩ bất thiện sẽ lắng xuống và cuối cùng bị loại bỏ. Điều này giống như một người đi nhanh và nghĩ: 'Tại sao mình đi nhanh? Nếu tôi đi chậm thì sao?' và quyết định đi chậm. Sau đó, anh ta có thể suy nghĩ: 'Tại sao tôi lại đi chậm? Nếu tôi đứng thì sao?' và anh ấy sẽ đứng. Sau đó, anh ta có thể suy nghĩ: 'Tại sao tôi lại đứng? Nếu tôi ngồi thì sao?' và anh ấy sẽ ngồi. Cuối cùng anh ta có thể suy nghĩ, 'Tại sao tôi lại ngồi? Nếu tôi nằm xuống thì sao?' và anh ấy sẽ nằm xuống. Khi làm như vậy, anh ta sẽ từ bỏ những tư thế thô thiển hơn để chuyển sang những tư thế vi tế hơn. Cũng vậy, bằng cách chú ý đến việc làm yên lặng các hình thành tư tưởng, những tư tưởng bất thiện sẽ lắng xuống và cuối cùng bị loại bỏ.

Ở phương Tây có nhiều kỹ thuật dựa trên chánh niệm và nhận thức thoải mái, giúp mọi người có được tâm trí bình tĩnh hơn, ít bị ảnh hưởng bởi những suy nghĩ xao lãng.

5. Dùng tâm trí nghiền nát tâm trí

Nếu những tư tưởng và cảm xúc bất thiện vẫn còn khởi lên thì bước cuối cùng là dùng tâm đánh bại và 'nghiền nát' tâm, nghiến răng và lưỡi ấn vào vòm miệng. Điều này giống như một người mạnh mẽ nắm lấy đầu và vai của một người yếu hơn và đánh gục anh ta, trói buộc và nghiền nát anh ta. Bằng cách này, những tư tưởng bất thiện sẽ lắng xuống và cuối cùng bị loại bỏ.

Kỹ thuật này gợi nhớ đến cách tiếp cận Mật thừa khi làm việc với những cảm xúc mạnh mẽ. Giống như một bác sĩ lành nghề có thể biến chất độc thành thuốc, chúng ta cũng có thể học cách nhận biết năng lượng thô của cảm xúc một cách đơn giản mà không gắn câu chuyện với chúng, không kìm nén hay chạy theo chúng một cách bốc đồng. Ví dụ, thay vì để cơn giận cuốn bạn đến chỗ xấu hổ hoặc hành động bạo lực, bạn có thể nhận ra cốt lõi của nó là sự trong sáng mãnh liệt và sự quan tâm sâu sắc. Bạn có thể ở lại với cảm giác này cho đến khi nó tan biến, giống như một người lướt sóng đang cưỡi trên một con sóng. Ở phương Tây, có những kỹ thuật tương tự để chấp nhận hoặc "giải thoát" những cảm xúc mạnh mẽ, thay vì trốn tránh hoặc mua chúng vào.

Năm phương pháp loại bỏ những tư tưởng mất tập trung này đưa ra một quan điểm mới mẻ về cách vượt qua những chướng ngại trong việc thực hành thiền định, cũng như cách vượt qua những trạng thái xung đột cảm xúc trong cuộc sống hàng ngày. Làm quen với những kỹ thuật này có thể giúp bạn thực hành thiền một cách đáng kể, đặc biệt khi những cảm xúc mạnh mẽ xuất hiện.

CHƯƠNG 4

THIỀN PHÂN TÍCH

I. THIỀN PHÂN TÍCH LÀ GÌ?

Trong khi shamatha nhấn mạnh đến việc làm dịu, thống nhất và tập trung tâm trí, mục đích của thiền phân tích, hay *vipasyana*, là đánh thức tâm trí bằng cách xem xét bản chất trải nghiệm của chúng ta. Khi được xây dựng trên nền tảng của một tâm trí bình tĩnh, quá trình này cho phép bạn kết hợp nhiều khái niệm khác nhau từ triết học Phật giáo lại với nhau thành một sự hiểu biết thống nhất duy nhất. Bằng cách này, việc nghiên cứu kỹ lưỡng và đạt được *sự hiểu biết mang tính khái niệm* về các chủ đề này sẽ xây dựng nền tảng để đạt được tuệ giác *trực tiếp* hoặc không-khái-niệm. Khi đó bạn có thể thấy trực tiếp Tứ Diệu Đế và Tứ Ấn. Vô thường, Đau khổ và Vô ngã khi đó ở bên trong bạn, một phần trải nghiệm của bạn.

Có nhiều cấp độ hiểu biết khác nhau và mỗi cấp độ có thể có ích trong việc giúp đạt được cái nhìn thực tế và từ bi hơn về thực tại. Tuy nhiên, chỉ có mức độ cao nhất mới có thể đưa đến sự tiêu diệt hoàn toàn những cảm xúc phiền não và trạng thái tinh thần của chúng ta. Để đạt được điều này, bạn phải đạt được mức độ tập trung cực kỳ tinh tế - ít nhất là shamatha. Mặc dù sự tập trung nhất thời có thể mang lại cho bạn những cái nhìn thoáng qua hoặc "những trải nghiệm chớp nhoáng" về tuệ giác trực tiếp, đặc biệt nếu bạn đang theo con đường sùng đạo, điều này sẽ không đủ để vượt qua phiền não trừ khi nó đi kèm với một tâm trí mạnh mẽ và ổn định.

Khẳng định này được ủng hộ bởi đạo sư Đại thừa vĩ đại Shan-tideva:

> *Nhận ra rằng một người có được đầy đủ vipasyana nhờ shamatha sẽ tận diệt được phiền não, trước tiên người ta nên tìm kiếm shamatha.*

Tương tự như vậy, Asanga nói rằng ngay khi đạt được sha-matha, người ta nên tập trung sự chú ý của mình vào tâm. Truyền thống Nguyên thủy đồng ý rằng đòi hỏi tối thiểu để có được tuệ giác thực sự (còn được gọi là *nhập lưu*) là tâm chỉ định, vì tâm này tạm thời thoát khỏi các chướng ngại. Tuy nhiên, sự thâm nhập sâu hơn có thể đạt được với những trạng thái tập trung thậm chí còn vi tế hơn của các jhana.

Tuy nhiên, điều này không có nghĩa là bạn nên 'trì hoãn' thiền phân tích cho đến khi bạn đạt được shamatha. Đầu tiên, điều quan trọng là phát triển sự hiểu biết mang tính khái niệm tốt về các nguyên tắc cốt lõi của Phật giáo ('chánh kiến') chẳng hạn như Tứ Diệu Đế, Hai Chân lý, và nền tảng, Đạo Lộ, và kết quả trước khi bắt tay vào con đường - điều này cung cấp cho bạn một bản đồ rõ ràng về cách thực hiện. bạn có thể đến đích. Thứ hai, sẽ rất hữu ích nếu bạn liên tục quán chiếu và củng cố động cơ thực hành con đường ("chánh niệm"), quán chiếu các chủ đề như Vô thường và Lòng từ – ý định này là yếu tố quyết định kết quả thực hành của bạn. Thứ ba, sự hiểu biết cơ bản về trí tuệ Phật giáo có thể mang lại lợi ích thiết thực to lớn trong cuộc sống hàng ngày của bạn - nó có thể giúp bạn trở nên ít phản ứng hơn, khôn ngoan hơn và gần gũi hơn với người khác.

Quá trình thiền phân tích, dù bạn tham gia ở cấp độ nào, đều liên quan đến cái được gọi là *ba công cụ trí tuệ* – đầu tiên bạn nghe hoặc đọc một giáo lý cụ thể, sau đó bạn nghiên cứu và suy ngẫm về nó, và thứ ba, bạn yên tâm với niềm tin vào ý nghĩa của nó trong từng phạm vi riêng lẻ. sự tập trung cao độ, biến nó thành 'một phần của chính bạn'. Bước cuối cùng này là ý nghĩa thực sự của chúng ta khi nói đến thiền, vì bạn đã tìm hiểu về nó và quán chiếu ý nghĩa của nó, và bây giờ bạn thiền để làm cho nó ổn định trong tâm trí bạn. Vì vậy, bạn đang theo một quá trình tuần tự, đầu tiên là thiết lập trí tuệ qua việc nghe, sau đó là trí tuệ qua suy tư, cuối cùng dẫn đến trí tuệ qua thiền định.

Đầu tiên tôi sẽ mô tả một phương pháp hiệu quả để phân tích bất kỳ chủ đề nào mà chúng ta lựa chọn và sau đó tôi sẽ khám phá cách chúng ta có thể sử dụng phương pháp hòa giải phân tích để hiểu nhiều chủ đề khác nhau được trình bày trong cuốn sách này, liên quan đến cả sự thật tương đối và chân lý tối thượng.

II. TIẾN TRÌNH CỦA THIỀN PHÂN TÍCH

Để chuyển một chủ đề cụ thể thành đối tượng thiền, trước tiên bạn nên hình thành nó như một câu hỏi (ví dụ: ‹Cái tôi có hiện hữu trong cơ thể tôi không?›) và sau đó hướng tâm trí điều tra xem câu hỏi này áp dụng như thế nào đối với bản thân bạn, dưới ánh sáng của tất cả các giáo lý bạn đã nghiên cứu. Bạn nên tiếp tục điều này cho đến khi xuất hiện một cảm giác chắc chắn và sáng suốt (chẳng hạn như tâm trí tôi chỉ có thói quen đồng nhất với cơ thể trong một số trường hợp nhất định, nhưng không có cái 'ngã' nào trong đó cả!). Sau đó, bạn có thể bỏ phân tích và nghỉ ngơi trong cảm giác chắc chắn này cho đến khi nó kéo dài, duy trì trạng thái tâm trí dễ tiếp thu hơn.

Những suy nghĩ diễn ngôn chắc chắn sẽ nảy sinh và bạn có thể sử dụng điều này như một gợi ý để bắt đầu phân tích lại, về cùng một chủ đề hoặc một chủ đề khác, sử dụng suy nghĩ của bạn một cách có kiểm soát. Khi một lần nữa bạn trải nghiệm cảm giác chắc chắn và tin chắc, bạn lại nghỉ ngơi như trước. Bằng cách này, bạn có thể luân phiên giữa thiền phân tích và thiền định nghỉ ngơi, dần dần đào sâu và tinh chỉnh sự hiểu biết của mình để bạn có thể sẵn sàng trải nghiệm thực tại vô niệm của tánh Không.

Jamgon Kongtrul đưa ra một số hướng dẫn hữu ích về cách chuyển đổi giữa thiền phân tích và thiền an nghỉ trong *Kho tàng Kiến thức* của ngài:

> *Nếu do phân tích căng thẳng, khả năng nghỉ ngơi bị suy giảm,*
>
> > *Hãy thiền nghỉ ngơi nhiều hơn và bổ sung sự tĩnh lặng.*
>
> *Nếu do nghỉ ngơi kéo dài nên bạn không muốn phân tích nữa,*
>
> > *Thực hành thiền phân tích để tăng cường sự trong sáng của tâm trí.*

Vì vậy, nếu bạn thấy tâm trí bị kích động do thực hành thiền phân tích, bạn nên để nó lắng xuống một lần nữa bằng cách thư giãn cơ thể và thực tập thiền nhất tâm một lúc. Mặt khác, nếu thiền nghỉ ngơi của bạn dẫn đến buồn tẻ, bạn có thể tăng cường tinh thần minh mẫn bằng cách tiếp tục phân tích. Hơn nữa, khi bạn đã quen với quá trình xen kẽ giữa phân tích và nghỉ ngơi, cuối cùng bạn sẽ đạt đến giai đoạn không cần phân tích nhiều nữa để tạo ra sự chắc chắn. Vì vậy, điều quan trọng là bạn phải nhấn mạnh đến việc phân tích khi bắt đầu thực hành và sau đó nhanh chóng chuyển sang thiền nghỉ khi bạn đã thành tựu hơn.

III. THIỀN PHÂN TÍCH VÀ HAI SỰ THẬT

Sử dụng công cụ thiền phân tích, bạn có thể suy ngẫm về bất kỳ chủ đề nào bạn chọn để hướng tâm trí mình tới. Con đường Phật giáo được cấu trúc theo cách khuyến khích chúng ta xem chân lý

Jamgon Kongtrul

tương đối và chân lý tối thượng đều quan trọng như nhau, và do đó bạn nên quán chiếu cả hai điều này, không bỏ qua cái này mà gây tổn hại cho cái kia. 'Chân lý tương đối' liên quan đến cách chúng ta nhìn nhận thực tế hàng ngày, trong khi 'chân lý tối thượng' là bản chất thực sự của trải nghiệm này. Chúng giống như hai cánh của một con chim, một cánh không thể phát triển trọn vẹn nếu không có cánh kia. Lúc đầu, bạn nên nhấn mạnh sự quán chiếu ở mức độ chân lý tương đối, vì điều này phù hợp nhất với trải nghiệm của bạn, trong khi về sau bạn có thể nhấn mạnh chân lý tối thượng nhiều hơn. Khi đó, giác ngộ là khi bạn khám phá ra rằng trong thực tế không có sự tách biệt giữa chân lý tương đối và chân lý tối thượng.

1. Chân lý tương đối

Đạt được sự hiểu biết ở mức độ chân lý tương đối là rất quan trọng nếu bạn mong muốn đạt được giác ngộ, vì đây là điều quyết định sức mạnh động cơ cũng như cách bạn hành động trong thế giới. Đặc biệt, bạn không thể đạt được sự xả ly nếu không quán chiếu sâu sắc các chủ đề như Vô thường, Đau khổ, Nghiệp báo, sự Quý giá của kiếp Người và lợi ích của sự giải thoát và quy y. Nếu bạn đang hướng tới sự giác ngộ hoàn toàn, điều cần thiết là phải quán chiếu và phát triển bồ đề tâm, ước muốn từ bi dẫn dắt tất cả chúng sinh đến giải thoát, biết rằng bạn chỉ có thể hoàn thành mong ước này bằng cách phát lộ Phật tánh của chính mình. Hơn nữa, nếu bạn đang theo con đường Mật tông thì điều cốt yếu là phải hiểu tầm quan trọng tối thượng của vị Thầy Pháp và quán chiếu ý nghĩa của lòng sùng mộ và nhận thức thanh tịnh, đó là điều sơ bộ thiết yếu cho mọi thực hành Mật tông.

Một cách quán niệm rất hữu ích cho mọi người là về chủ đề lòng từ hay tâm từ. Với cách quán này, bạn có thể có được niềm tin chắc chắn rằng tất cả chúng sinh đều xứng đáng với tình yêu và lòng bi mẫn như nhau, giống như chính bạn. Một ví dụ về sự quán chiếu như vậy xuất hiện trong Kinh Từ Bi:

Nguyện tất cả chúng sinh được hạnh phúc và thoải mái; cầu mong tâm trí họ được toại nguyện. Bất cứ chúng sinh nào có thể – yếu đuối hay khỏe mạnh, dài (hay cao), mập mạp hay trung bình, ngắn, nhỏ hay lớn, hữu hình hay vô hình, những loài ở xa hay gần, những kẻ đã sinh ra và những kẻ chưa được sinh ra – cầu mong tất cả chúng sinh, không có ngoại lệ, được hạnh phúc và thoải mái!

Đừng lừa dối người khác và đừng coi thường bất cứ ai ở bất cứ nơi nào. Trong cơn giận dữ hay ác ý, mong không ai muốn làm hại người khác. Giống như một người mẹ sẽ bảo vệ đứa con duy nhất của mình ngay cả khi nguy hiểm đến tính mạng, cũng vậy, hãy trau dồi một trái tim vô biên đối với tất cả chúng sinh. Hãy để những ý nghĩ về tình yêu thương vô biên của ta lan tỏa khắp thế giới – trên, dưới và khắp – không có bất kỳ cản trở nào, không có hận thù, không có thù hận nào.

Một cách quán tưởng tương tự dựa trên truyền thống Tây Tạng như sau:

Bắt đầu bằng cách nhận ra rằng tất cả chúng sinh, giống như bạn, đang tìm kiếm hạnh phúc và nguyên nhân của nó. Hãy nghĩ đến một người gần gũi với bạn, một người trung lập và một người mà bạn có thể coi là kẻ thù, và nghĩ xem họ đều đang tìm kiếm hạnh phúc và muốn tránh đau khổ như nhau như thế nào. Sau đó hãy tập trung vào người mà bạn thân thiết, nhớ đến lòng tốt của họ đối với bạn và nghĩ: Tôi ước gì họ có thể hạnh phúc... giá như họ có thể hạnh phúc!

Rồi hãy nghĩ đến người trung lập: Tôi ước gì họ có thể hạnh phúc... giá như họ có thể hạnh phúc! Sau đó, hãy nghĩ đến kẻ thù của bạn hoặc ai đó mà bạn có thể có ác cảm: Tôi ước gì họ có thể hạnh phúc... giá như họ có thể hạnh phúc! Bạn cũng có thể muốn nghĩ đến một đứa trẻ tượng trưng cho chính bạn - hồn nhiên, trong sáng và xứng đáng với tất cả tình yêu thương nhân ái trên thế giới: Tôi ước gì chúng có thể hạnh phúc... giá như chúng có thể hạnh phúc!

Sau đó, bạn có thể đưa những người khác vào trong sự suy ngẫm của mình giống như cách bạn có thể thêm các mục vào bảng tính máy tính, mở rộng lòng nhân ái của mình đến gia đình, hàng xóm, môi trường xung quanh bạn, đất nước của bạn và cuối cùng đến toàn thế giới, ôm lấy tất cả chúng sinh. không có ngoại lệ. Bạn cũng có thể muốn kết hợp điều này với việc hình dung ánh sáng đỏ hoặc hồng phát ra từ một bông hồng ở trung tâm trái tim bạn, tràn ngập toàn bộ cơ thể bạn. Sau đó, bạn có thể mở rộng ánh sáng này ra bên ngoài để ôm lấy môi trường xung quanh, chạm vào tất cả chúng sinh bằng ánh sáng và sự ấm áp của lòng từ ái.

2. Chân Lý tối thượng

Phân tích sâu sắc về chân lý tối hậu là khía cạnh quan trọng thứ hai của con đường Phật giáo, vì sự hiểu biết khái niệm đúng đắn về tính Không hay Vô ngã sẽ đảm bảo bạn không bao giờ đi lạc khỏi con đường đúng đắn. Khi bạn tiến bộ trên con đường, trải nghiệm của bạn bắt đầu phù hợp với sự hiểu biết này và cuối cùng bạn có thể loại bỏ 'sự hiểu biết mang tính khái niệm' của mình giống như cách chúng ta rời một chiếc bè bên bờ sông khi chúng ta đã đến bên kia sông.

Theo quan điểm của Nguyên Thủy, có nhiều cách tiếp cận

hoặc 'cánh cửa' khác nhau để hiểu được chân lý tối thượng ('chánh kiến'), nhưng bản chất của tất cả các cách tiếp cận là *Ba Dấu ấn của sự Hiện hữu*: vô thường (*anicca*), đau khổ (*dukkha*) và vô ngã (*anatman*). Ví dụ, năm uẩn tạo nên thân và tâm của chúng ta - sắc, thọ, tưởng và trí nhớ, hành và thức - được quan sát là vô thường, không thể kiểm soát và không có thực chất. Các đối tượng của giác quan, giác quan, ý thức giác quan và mọi trải nghiệm chúng ta gặp cũng được quan sát là có ba đặc điểm này. Quán niệm bốn niệm xứ một cách tự nhiên sẽ đưa đến sự chứng ngộ về vô thường, khổ và vô ngã, cũng như bốn lời dạy cuối cùng trong lời dạy của Đức Phật về *Anapanasati*:

Hít vào nhận biết vô thường,
    thở ra nhận biết vô thường
Hít vào nhận biết sự tan biến,
    thở ra nhận biết sự tan biến
Hít vào ý thức giải thoát,
    thở ra ý thức giải thoát
Hít vào buông xả,
    thở ra buông xả.

Trong truyền thống Tây Tạng cũng có nhiều cách tiếp cận khác nhau để hiểu tính không, tuy nhiên tất cả chúng đều tuân theo triết lý Trung Quán hay Trung Đạo. Những quán niệm này giúp người ta hiểu không chỉ tính vô ngã của con người mà còn cả tính vô ngã và sự phụ thuộc lẫn nhau của mọi hiện tượng. Trong truyền thống Gelug, tính bất khả phân của tánh Không và sinh khởi phụ thuộc được nhấn mạnh. Bởi vì các hiện tượng thiếu sự tồn tại thực sự nên chúng xuất hiện trong một tiến trình duyên khởi, và bởi vì chúng phụ thuộc vào sự sinh khởi nên chúng không có bất kỳ sự tồn tại thực sự hay thực chất nào. Ngược lại, truyền thống Jonang đạt đến sự hiểu biết tương tự bằng cách phân tích ba bản tánh. Nền tảng cho tính Không của bản chất bị quy gán là bản chất phụ thuộc, và nền tảng cho tính Không của bản chất phụ thuộc là bản chất nguyên sơ, hay tối thượng.

Trong khi đó, truyền thống Kagyu và Nyingma nhấn mạnh cách tiếp cận trực tiếp hơn là đặt câu hỏi trong thiền định để thâm nhập vào bản chất thực sự của tâm trí. Một ví dụ ngắn gọn về cách quán tưởng như vậy, dựa trên giáo lý Đại Ấn của Đức Karmapa thứ chín, như sau:

Hãy nhìn vào bản chất của tâm khi nó tĩnh lặng và hỏi: Nó có màu sắc, hình tướng hay hình dạng? Nó có sự sanh, diệt, thường hay không? Bản chất của nó là một trạng thái hoàn toàn trống rỗng hay nó là một ánh sáng trong trẻo, sống động?...

Tương tự như vậy, hãy để một ý nghĩ hay cảm giác khởi lên và xem xét bản chất của nó: Nó có phải là nơi khởi sinh, nơi nó tồn tại, hay nơi nó chấm dứt? Nó nằm ở bên ngoài hay bên trong cơ thể? Bản chất của suy nghĩ hay cảm giác có phải là sự tỉnh giác rõ ràng, trong sáng, và có sự khác biệt nào giữa điều này với sự tỉnh giác rõ ràng, trong sáng mà bạn thấy trong tâm an định không?...

Sau đó, bạn nên quán sát tâm phản ánh các hình tướng và trong mối liên hệ với thân: Khi phản ánh một hình tướng (sắc, thanh, vị, v.v.), tâm và hình tướng có phải là hai thứ riêng biệt không? Nếu không thì chúng có liên quan như thế nào? Thân và tâm giống nhau hay khác nhau?...

Cuối cùng, bạn nên khảo sát bản chất của tâm tĩnh và tâm động cùng nhau: Tâm tĩnh và tâm động có luân phiên xuất hiện không? Tâm tĩnh lặng có giống như cánh đồng và tâm động sinh khởi như cây trồng trên đó không? Hay hai cái này giống như một sợi dây và những cuộn dây của nó (ở chỗ bạn không thể có một cuộn dây tách rời khỏi sợi dây)?

Bằng cách này bạn hiểu được bản chất của tâm, hay tánh Không, bằng *bốn tuệ giác*: bản chất của tâm khi nó tĩnh lặng (loại bỏ chủ thể), bản chất của tâm khi nó chuyển động (loại bỏ đối tượng) , bản chất của tâm liên quan đến các hình tướng và thân thể (loại bỏ cả chủ thể và đối tượng) và bản chất của tâm tĩnh lặng và chuyển động cùng nhau (không loại bỏ chủ thể lẫn đối tượng).

Một cách tiếp cận tương tự liên quan đến những hiểu biết sâu sắc tiến bộ được sử dụng trong truyền thống Thiền (hoặc Chan). Điều này được thực hiện bằng cách sử dụng các *công án* để xuyên qua tâm khái niệm, chẳng hạn như *khuôn mặt nguyên thủy của tôi trước khi tôi sinh ra là gì?*, hay *mu* (câu trả lời của một thiền sư vĩ đại cho câu hỏi: con chó có Phật tánh không? ? Nghĩa đen là 'không'). Những quán niệm này không thể được giải quyết bằng lý luận hợp lý mà chỉ bằng tuệ giác phi khái niệm sâu sắc hơn, và tuệ giác sâu sắc của học viên sẽ được giảng viên kiểm tra nhiều lần.

Về bản chất, công cụ thiền phân tích cho phép bạn hiểu sâu hơn về cả chân lý tương đối và chân đế tối thượng, đồng thời xem điều này liên quan như thế nào đến trải nghiệm của chính bạn. Bạn có thể dần dần thấy cái nhìn sâu sắc về chân lý tương đối dẫn đến sự hiểu biết sâu sắc hơn về chân lý tối thượng như thế nào, khi bạn càng phát triển lòng từ bỏ và lòng bi mẫn, bạn càng có thể đánh giá cao bản chất phụ thuộc lẫn nhau của thực tế và bạn càng trở nên 'vị tha' hơn. Ngược lại, khi bạn đánh giá cao việc không có gì tồn tại một cách thực chất và độc lập, bạn sẽ có được sự tôn trọng, tình yêu và lòng trắc ẩn sâu sắc đối với người khác.

CHƯƠNG 5

ĐỐI TƯỢNG THIỀN CAO CẤP

I. TÂM THỨC MỞ RỘNG NHƯ MỘT ĐỐI TƯỢNG THIỀN ĐỊNH

Trong khi tuệ giác thực sự chắc chắn có thể đạt được thông qua thiền phân tích, một cách tiếp cận khác mà một số người có thể thích là thiền dựa trên *nhận thức rộng mở* hoặc là đặt tâm trí trong trạng thái tự nhiên của nó. Giống như nhận thức về hơi thở, phương pháp này rất phù hợp với những người có tâm trí dễ bị kích động hoặc suy nghĩ ép buộc. Tuy nhiên, để thực hiện đúng đắn những thực hành này, thường cần phải hoàn thành một số thực hành sơ khởi.

Sau khi đạt được một mức độ định nhất định, bạn có thể tập trung và chánh niệm vào bản chất của trải nghiệm của chính mình mà không cần đến bất kỳ đối tượng thiền cụ thể nào. Bằng cách này, bạn có thể để tâm tự giải thoát khỏi mọi khuôn mẫu thói quen của nó và dần dần ổn định trong trạng thái nền tảng của nó. Quá trình này có thể được nâng cao bằng cách mở mắt và tập trung vào không gian trống rỗng trước mặt bạn, chỉ đơn giản quan sát và theo dõi những suy nghĩ, cảm xúc, nhận thức, ký ức và cảm giác khi chúng sinh khởi và tan biến trở lại vào không gian trống rỗng này, nhưng không bị cuốn vào chúng.

Trong truyền thống Nguyên thủy, Kinh Satipathana nói về

chánh niệm đối với các hiện tượng, bao gồm năm uẩn, các đối tượng giác quan và các đối tượng nhận thức khác. Một cách giải thích cho điều này là để tâm thư giãn trong trạng thái 'chánh niệm không ràng buộc', chỉ đơn giản quan sát tâm khi các đối tượng sinh khởi và tan biến trở lại trạng thái nhận thức rộng mở. Trong truyền thống Thiền có một phương pháp thực hành tương tự được gọi là chỉ quán đả tọa, thường bổ sung cho việc sử dụng công án làm đối tượng thiền.

Trong truyền thống Tây Tạng có nhiều kỹ thuật thiền khác nhau sử dụng nhận thức rộng mở làm đối tượng. Một bản văn từ truyền thống Kagyu đưa ra hướng dẫn sau đây để đối phó với những tư tưởng khởi lên:

Bất kể suy nghĩ nào khởi lên, chỉ cần nhận biết chúng là gì, đặt sự chú ý của bạn ngay vào chúng mà không nghĩ rằng "Tôi phải chặn chúng lại", hay cảm thấy vui hay buồn. Chỉ cần nhìn chúng bằng con mắt của trí tuệ, nhận ra rằng chúng chỉ là trò chơi của tâm và để chúng trôi qua mà không bám chấp... giống như một cuộc diễn hành của các nhân vật diễn hành trên sân khấu.

Trong truyền thống Nyingma, điều này đôi khi được gọi là *sự tĩnh lặng, chuyển động, và nhận thức* và lời chỉ dẫn như sau:

Nhận biết chuyển động trong khi vẫn ở trạng thái tĩnh lặng,
Khi chuyển động xảy ra, hãy giữ vững nền tảng tĩnh lặng,
Khi không còn sự phân biệt giữa tĩnh và động,
Đó là sự mở đầu về nhất tâm.

Do đó, bất cứ khi nào chuyển động xuất hiện, bạn không nên đóng băng sự tĩnh lặng hoặc cản trở chuyển động – thay vào đó hãy nhận biết chuyển động ngay lập tức khi nó phát sinh. Sau đó, chỉ cần nhận biết chuyển động trong khi giữ vững nền tảng của sự tĩnh lặng, chuyển động sẽ hòa tan trở lại vào trạng thái tĩnh lặng. Cuối cùng, bạn có thể đạt đến giai đoạn sôi động trong đó chuyển động có thể xảy ra trong sự tĩnh lặng và sự tĩnh lặng có thể xảy ra trong quá trình chuyển động, vì chuyển động không tạo ra bất kỳ sự xao lãng nào.

Trạng thái tâm đạt được nhờ thực hành này được đặc trưng bởi ba phẩm chất: hỷ lạc, quang minh và vô niệm. Tâm này giống như bầu trời, bao la và bao la. Bất cứ thứ gì di chuyển qua nó, dù là mây, cầu vồng hay tia chớp, bầu trời đều không phản ứng. Giống như bầu trời, bạn có thể rèn luyện bản thân để chú ý đến mọi thứ xuất hiện trong tâm trí mà không bám chấp vào bất cứ thứ gì. Việc tiếp tục thực hành này có thể dẫn đến thiền chỉ và sau đó là tuệ giác trực tiếp khi bạn dần dần khám phá ra ba phẩm chất của tâm giác ngộ – bản chất trống rỗng, bản chất nhận thức, và lòng bi mẫn bao la của nó.

Trong truyền thống Jonang, trạng thái nhận thức rộng mở vô niệm là trọng tâm của thực hành shamatha Mật tông trong phòng tối. Tư thế đặc biệt, với đôi mắt mở to nhìn vào bóng tối ngang trán, là một phương pháp mật tông rất hiệu quả để 'ép' tâm vào trạng thái vô niệm và sử dụng trạng thái này như một đối tượng cho sự tập trung nhất tâm. Không giống như các phương pháp của hầu hết các truyền thống khác, không cần phải có quá trình "truy vấn bản chất của tâm". Đây là một phương pháp phi thường làm nổi bật những đặc điểm vi tế, sâu sắc và độc đáo của con đường Mật thừa.

Nhận xét cuối cùng là việc thực hành nhận thức rộng mở (hoặc bất kỳ thực hành thiền nào) có thể được nâng cao bằng cách dành một chút thời gian sau khi thiền để hồi tưởng lại những trải nghiệm bạn đã trải qua. Bạn có thể ghi lại những trải nghiệm của mình vào nhật ký, thảo luận chúng với một người bạn hoặc đơn giản là dành vài phút để nhớ lại quá trình hòa giải của bạn diễn ra như thế nào, bao gồm những suy nghĩ, cảm xúc, liên tưởng, trải nghiệm giác quan, hình ảnh tinh thần và ký ức mà bạn gặp phải. Loại *nhận thức hồi tưởng* này có thể nâng cao đáng kể khả năng duy trì nhận thức của bạn trong suốt quá trình thực hành thiền định.

II. NHẬP ĐỊNH NHƯ MỘT ĐỐI TƯỢNG THIỀN

Nhập định là những trạng thái tinh thần cực kỳ tinh tế, an lạc và hoàn toàn thấm nhuần mà bạn có thể trải nghiệm sau khi đạt được shamatha. Tổng cộng có tám jhana được đạt đến theo trình tự, được tạo thành từ *bốn jhana* sắc (nơi có một loại hình sắc vi tế hiện diện) và bốn *jhana vô sắc*, trong đó không có ranh giới đối với nhận thức của một người, và nhận thức về bất kỳ loại hình sắc nào cũng biến mất. Để bước vào những trạng thái này đòi hỏi bạn phải từ bỏ hoàn toàn quyền kiểm soát và khoảng thời gian bạn dành cho những trạng thái này tùy thuộc vào 'động lực' tập trung mà bạn đã thiết lập. Bốn thiền jhanas sắc có thể đưa bạn đến những trạng thái định sâu hơn so với shamatha và do đó có thể giúp bạn phát triển tuệ giác, trong khi bốn jhanas vô sắc nói chung không hữu ích lắm.

Lối vào nhập định được mô tả trong giai đoạn thứ mười hai của kinh Anapanasati:

Hít vào giải thoát tâm,
thở ra giải thoát tâm

Theo hướng dẫn này, nhập jhana là một quá trình giải thoát tâm trí hoàn toàn, bao gồm việc chìm đắm hoặc lao vào đối tượng tinh thần tinh tế là trọng tâm của thiền định của bạn. Ngoài ra, ánh sáng rực rỡ có thể bao bọc bạn cùng với cảm giác sung sướng, khi bạn bước vào trạng thái hoàn toàn hạnh phúc nhưng đầy đủ chánh niệm và ổn định. Khi chìm đắm trong trạng thái này, bạn không có bất kỳ cảm giác nào về vị trí trong không gian, kể cả những gì đang xảy ra với cơ thể bạn, bạn cũng không thể nghe, nhìn hay nói bất cứ điều gì.

Theo Phật giáo, trạng thái jhana tương đương với trải nghiệm về các cõi *sắc* và *vô sắc*, nơi chúng sinh được cho là sẽ tái sinh nếu họ làm quen mạnh mẽ với những trải nghiệm thiền định này hoặc trở nên gắn bó với chúng. Tuy nhiên, nếu bạn không dính mắc vào những kinh nghiệm này và tiếp cận việc thực hành với quan điểm và ý định đúng đắn thì thiền có thể là một đối tượng thiền phi thường. Đặc biệt, jhana dạng thứ tư có thể giúp bạn đạt được sự tập trung nhất tâm đặc biệt, và sau trải nghiệm này, bạn có thể dễ dàng thâm nhập vào chân lý vô thường, đau khổ và vô ngã.

Tâm đạt được thông qua thực hành shamatha là một loại tâm sắc giới, được mô tả như một trạng thái sơ bộ hay trạng thái tiếp cận để chứng ngộ sơ thiền. Sau khi điều này đã được hoàn thành, jhana đầu tiên sẽ đạt được qua bảy giai đoạn sơ khởi sau shama-tha. Mỗi trong bốn thiền jhana có bảy giai đoạn sơ khởi, được gọi là bảy trạng thái chú tâm, và chúng chỉ có thể đạt được bằng cách tiến triển tuần tự qua các giai đoạn này. Những mô tả sau đây chỉ là những giải thích gần đúng, vì chúng mô tả những trạng thái hay phẩm chất rất vi tế của tâm có thể đạt được một khi shamatha được trải nghiệm; có nhiều mô tả chi tiết hơn nhưng nằm ngoài phạm vi của cuốn sách này (trên thực tế, các nhà sư Tây Tạng theo truyền thống đã dành nhiều năm để nghiên cứu chủ đề này)

Bảy nơi đặt chú tâm này là:

1. *Sự chú tâm ban đầu*
   Trong giai đoạn này bạn có sự chú ý đặc biệt để bắt đầu kết nối với trạng thái jhana.

2. *Sự Chú tâm sáng suốt*
   Giai đoạn này có khả năng phân biệt mạnh mẽ, dựa trên sự kết hợp giữa nghiên cứu và suy ngẫm.

3. *Sự chú tâm khởi lên từ Niềm tin*
   Tâm trí bây giờ đạt được một phẩm chất đặc biệt của niềm tin.

4. *Sự chú tâm biệt lập*
   Ở giai đoạn này tâm trí có sự chú ý hoàn toàn thoát khỏi những xao lãng vi tế.

5. *Sự Chú tâm đến niềm vui hoặc sự rút lui*
   Phẩm chất của tâm trí này là mời gọi niềm vui trong chính mình và trải nghiệm niềm vui tràn ngập.

6. *Chú tâm phân tích*
   Phẩm chất của tâm ở giai đoạn này là có sự nghiên cứu và hiểu biết tinh tế.

7. *Sự Chú ý tâm tích hợp cuối cùng*
   Giai đoạn cuối cùng này thể hiện sự hoàn thiện của những phẩm chất đạt tới trạng thái tâm nhập thiền thực sự.

Sau khi xuất khỏi thiền về một trong các trạng thái jhana, bạn có thể nhận ra jhana cụ thể bằng cách xác định một tập hợp các phẩm chất cụ thể. Những phẩm chất này mô tả một trạng thái tâm ngày càng trở nên vi tế hơn và đóng vai trò như thuốc giải độc cho năm chướng ngại – thờ ơ, bất an, sân hận, bồn chồn, hối hận và ham muốn nhục dục. Mặc dù tôi đang mô tả những phẩm chất này bằng một số từ ngữ nhất định, nhưng chúng vi tế và tối thượng hơn nhiều so với những gì những từ ngữ này thường chỉ ra. Jhana đầu tiên có bốn phẩm chất: điều tra và phân tích, niềm vui, hạnh phúc và nhất điểm. Khi đạt đến jhana thứ hai, phẩm chất thứ nhất chấm dứt, do đó người ta chỉ còn lại tâm trí an nghỉ trong trạng thái hỷ, lạc và nhất tâm. Thiền thứ ba được đặc trưng bởi trạng thái lạc và nhất tâm, trong khi ở thiền thứ tư chỉ còn lại nhất tâm hay xả. Sự tập trung của một người được tinh tế nhất ở tứ thiền và do đó cực kỳ mạnh mẽ.

Ngoài tầng thứ tư của jhana sắc, một thiền giả có thể trải nghiệm bốn trạng thái jhana vô sắc: không gian vô hạn, ý thức vô hạn, hư vô và vượt ra ngoài nhận thức. Tuy nhiên, những trạng thái này thường không có lợi lắm vì trạng thái tâm của người ta cực kỳ vi tế và thiếu sự tập trung được phát triển trong các jhana trước đó. Trạng thái thứ hai trong số này, ý thức vô hạn, trong một số trường hợp có thể đóng vai trò như bàn đạp để chứng ngộ tánh Không, mặc dù các trạng thái khác nói chung là chướng ngại cho việc phát triển trí tuệ thực sự. Phẩm chất của tâm trong các thiền vô sắc này hầu như không có nhận thức, chỉ là một hình tướng hoặc trải nghiệm vi tế của tâm, và nó có thể khiến thiền giả tái sinh vào các cõi vô sắc, nơi không có hình dạng vật chất nào được trải nghiệm: không âm thanh, không mùi, không vị và không có cảm giác.

Khi đã đạt được shamatha, bạn có khả năng thấy rằng sơ thiền vi tế hơn chính tâm shamatha nhiều. Nhận thức được bản chất vi tế và an bình của tâm này, bạn được truyền cảm hứng để thực hành sâu hơn với sự tinh tấn nhằm đạt được những cấp độ tốt hơn của thiền sắc giới. Sau khi đạt được trạng thái nhập định trong jhana thứ nhất, bạn sẽ có cảm hứng để tiếp cận và hòa mình vào jhana thứ hai, thứ ba và thứ tư. Sau khi thoát khỏi những trạng thái này, mức độ ổn định và sống động cao sẽ được chuyển sang khi bạn tham gia vào các hoạt động hàng ngày, khi tâm trí bạn quay trở lại cõi dục. Trong khi thiền bạn tạm thời từ bỏ những ý nghĩ và cảm xúc phiền não đặc trưng cho cõi dục; giữa các thời thiền chúng vẫn xảy ra, nhưng với tần suất, cường độ và thời lượng ít hơn.

Sự tập trung mạnh mẽ đạt được trong các jhana cũng mở ra cánh cửa hướng tới việc đạt được khả năng thấu thị và năng lực siêu nhiên. Bằng cách hướng tâm trí vào việc nhớ lại các kiếp trước, người ta có thể đạt được nhận thức trực tiếp về nhiều kiếp trước, nhớ lại bản chất trải nghiệm của mình trong mỗi kiếp. Người ta cũng có thể phát triển 'thiên nhãn', nó có thể nhìn thấy trực tiếp sự chết đi và tái sinh của chúng sinh cũng như cách họ di chuyển qua các cõi tồn tại khác nhau dựa trên hành động của họ. Ngoài ra, người ta có thể phát triển thính giác thần thông, hiểu biết về tâm trí của người khác và những khả năng siêu nhiên cho phép người ta kiểm soát bốn yếu tố, chẳng hạn như di chuyển qua các vật thể rắn, đi trên mặt nước, hoặc bay trong không gian. Tuy nhiên, phát triển năm loại khả năng ngoại cảm này không có nghĩa là bạn đã đạt được giải thoát.

Việc đạt được các jhana khác nhau có thể dẫn đến sự tái sinh ở nhiều cõi sắc tướng và vô sắc giới khác nhau. Tuy nhiên, các thiền giả Phật giáo thường không tìm kiếm sự tái sinh ở đây vì thường không thể thực hành con đường của Đức Phật. Sinh vào những cõi này không có đau khổ thô thiển, nhưng giống như vạn vật, kiểu tồn tại này cuối cùng phải chấm dứt. Vì đây không nhất thiết là nơi tốt nhất để thực hành, nên việc sinh ra như vậy có thể là sự lãng phí thiện nghiệp. Tuy nhiên, có những trường hợp ngoại lệ về một số hành giả Phật giáo tìm kiếm sự tái sinh ở những cõi này để làm an dịu phiền não một cách nhanh chóng và tạm thời, mặc dù việc loại bỏ hoàn toàn những khuynh hướng của họ phải xảy ra sau đó. Ngoài ra còn có một giai đoạn đạt được trong con đường Nguyên Thủy được gọi là Bất Lai, sau đó người ta sẽ tái sinh một cách tự nhiên trong một cõi sắc giới trước khi đạt được niết bàn.

NGUỒN TÀI LIỆU

Nhiều cách thực hành được đề cập trong văn bản này có thể được đọc một cách sâu rộng hơn trong những cuốn sách sau:

Bikkhu Bodhi (ed). In the Buddha's Words: An Anthology of Discourses from the Pali Canon (Boston: Wisdom 2005).

John Barter. Mindfulness Meditations with John Barter. 2 CD Set. (Sydney 2009).

Ajahn Brahm. Mindfulness, Bliss and Beyond: A Meditator's Handbook (Somerville: Wisdom 2006).

Ajahn Chah. A Still Forest Pool: The Insight Meditation of Ajahn Chah. Compiled by Jack Kornfield and Paul Breiter (New York: Quest, 1986).

His Holiness the Dalai Lama. How to See Yourself As You Really Are: A Practical Guide to Self-Knowledge (London: Rider, 2006).

The Ninth Karmapa Wangchuk Dorje. The Mahamudra: Eliminating the Ignorance of Darkness. (Dharamsala: Library of Tibetan Works and Archives, 2002).

Shar Khentrul Jamphel Lodro. Unveiling Your Sacred Truth through the Kalachakra Path, Books One to Three. (Melbourne: Tibetan Buddhist Rime Institute, 2016).

B. Alan Wallace. The Attention Revolution: Unlocking the Power of the Focused Mind (Boston: Wisdom 2006)..

VỀ TÁC GIẢ

Khentrul Rinpoche Jamphel Lodro là người sáng lập và giám đốc tâm linh của Dzokden. Rinpoche đã dành 20 năm đầu đời để chăn bò yak và trì tụng thần chú trên cao nguyên Tây Tạng. Được truyền cảm hứng từ các vị Bồ Tát, ngài rời gia đình để tu học ở nhiều tu viện khác nhau dưới sự hướng dẫn của hơn 25 đạo sư trong tất cả các truyền thống Phật giáo Tây Tạng. Bởi cách tiếp cận phi giáo phái của mình, ngài đã đạt được danh hiệu Đạo sư Rimé (bất bộ phái) và được xác định là hóa thân của Đạo sư Kalachakra nổi tiếng Ngawang Chözin Gyatso. Trong khi cốt lõi của những lời dạy của ngài là sự thừa nhận rằng có giá trị to lớn trong sự đa dạng của tất cả các truyền thống tâm linh được tìm thấy trên thế giới này; ngài tập trung vào truyền thống Jonang-Shambhala. Giáo lý Kalachakra (Bánh xe Thời gian) chứa đựng những phương pháp sâu sắc để hòa hợp môi trường bên ngoài của chúng ta với thế giới bên trong của cơ thể và tâm trí, cuối cùng mang lại Thời đại Hoàng kim của hòa bình và hòa hợp (Dzokden).

Shar Khentrul Jamphel Lodrö

TẦM NHÌN CỦA RINPOCHE

Dzokden được thành lập với mục đích rõ ràng là hỗ trợ Khentrul Rinpoche thực hiện tầm nhìn của ngài nhằm mang lại Thời đại Hoàng kim của hòa bình và hòa hợp trên thế giới này. Khi cộng đồng của chúng tôi tiếp tục tăng trưởng và phát triển, ngày càng có nhiều người tham gia vào nỗ lực phi thường này.

Để giúp bạn hiểu được phạm vi tầm nhìn của Rinpoche, chúng tôi có thể nói về tám mục tiêu phản ánh những ưu tiên ngắn hạn và dài hạn của Rinpoche:

MỤC TIÊU TRƯỚC MẮT

Cuối cùng mà nói, hạnh phúc đích thực, lâu dài chỉ có thể đạt được thông qua sự chuyển hóa cá nhân sâu sắc. Hơn bao giờ hết, chúng ta cần những phương pháp để phát triển trí tuệ và hiện thực hóa tiềm năng lớn nhất của mình. Vì lý do này mà Rinpoche đặt ưu tiên lớn cho việc bảo tồn Dòng Jonang Kalachakra. Có bốn cách mà Rinpoche đề xuất để thực hiện điều này:

1. **Tạo cơ hội kết nối với dòng truyền thừa Kalachakra** đích **thực và** đầy đủ **với sự cộng tác chặt chẽ với các thiền giả tận tâm ở Tây Tạng xa xôi.** Mục tiêu của chúng tôi là tạo ra tất cả sự hỗ trợ cho việc thực hành Kalachakra phù

hợp với các đạo sư truyền thừa đích thực đã duy trì truyền thống này trong hàng ngàn năm. Chúng tôi thực hiện điều này bằng cách đặt làm tượng và tranh vẽ, viết sách và giảng dạy trên khắp thế giới. Chúng tôi đặc biệt chú trọng đến việc bảo đảm tính xác thực của tài liệu, dựa trên kinh nghiệm sâu sắc của những thiền giả có chứng ngộ cao đang cống hiến cả cuộc đời cho những thực hành này.

2. **Thành lập các trung tâm nhập thất quốc tế để nghiên cứu và thực hành Kalachakra.** Để tích hợp giáo lý vào tâm thức, điều quan trọng là có cơ hội tham gia vào các giai đoạn thực hành chuyên sâu. Vì vậy, chúng tôi đang nỗ lực tạo ra cơ sở hạ tầng cần thiết để hỗ trợ và nuôi dưỡng các thành viên trong cộng đồng của chúng tôi tham gia vào các khóa tu ngắn hạn và dài hạn. Điều này bao gồm việc mua đất và xây dựng mọi thứ cần thiết để tiến hành các khóa tu tập thể và biệt tu. Mục tiêu lâu dài của chúng tôi là phát triển mạng lưới các trung tâm như vậy trên khắp thế giới, hình thành một cộng đồng toàn cầu hỗ trợ nhiều học viên khác nhau.

3. **Dịch và xuất bản các văn bản** độc đáo **và hiếm có của các bậc thầy Kalachakra.** Hệ thống Kalachakra đã là chủ đề của vô số kinh điển trong suốt lịch sử lâu dài của Tây Tạng. Cho đến nay, chỉ một phần nhỏ những văn bản này được dịch và có thể tiếp cận được ở phương Tây. Mặc dù các văn bản lý thuyết rất quan trọng nhưng chúng tôi muốn tập trung đặc biệt vào những hướng dẫn cốt tủy để hướng dẫn những hành giả tận tâm đạt được trải nghiệm sâu sắc hơn về những giáo lý sâu sắc này.

4. **Phát triển các công cụ và chương trình cho trải nghiệm học tập có cấu trúc.** Với các nhóm học viên phân bổ trên khắp thế giới, chúng tôi tin rằng điều quan trọng là tận dụng tối đa các công nghệ hiện đại để tạo điều kiện thuận

lợi cho quá trình học tập của học viên. Mục tiêu của chúng tôi là phát triển một nền tảng giáo dục trực tuyến mạnh mẽ cho phép cộng đồng quốc tế của chúng tôi tiếp cận các chương trình học tập chất lượng, trực quan, có cấu trúc và hấp dẫn.

MỤC TIÊU DÀI HẠN

Trong khi mỗi chúng ta nỗ lực hướng tới việc đạt được sự bình yên và hòa hợp tối thượng trong tâm trí mình, chúng ta không được đánh mất sự thật rằng chúng ta tồn tại trong bối cảnh của một thế giới tràn ngập sự đa dạng lớn về các cá nhân. Những cá nhân này tạo ra nhiều niềm tin và thực hành khác nhau, từ đó định hình cách chúng ta liên hệ và tương tác với nhau. Trong thực tế phụ thuộc lẫn nhau này, điều quan trọng là tìm ra các chiến lược khả thi để thúc đẩy sự khoan dung và tôn trọng nhiều hơn. Để đạt được mục tiêu này, Rinpoche đề xuất bốn lĩnh vực hoạt động cụ thể:

1. **Thúc đẩy sự phát triển của Triết lý Rimé thông qua** đối **thoại với các truyền thống khác.** Với mong muốn trở thành thành viên mang tính xây dựng của một xã hội đa nguyên, chúng ta cần học cách dung hòa những khác biệt của mình. Để đạt được mục tiêu này, chúng tôi mong muốn giúp mọi người phát triển những phẩm chất tích cực nhằm thúc đẩy thái độ tôn trọng lẫn nhau, cởi mở với những ý tưởng mới và mong muốn ham học hỏi để vượt qua sự thiếu hiểu biết của mình.

2. **Phát triển những người mẫu có uy tín cao bằng cách cung cấp hỗ trợ tài chính cho những hành giả thật tâm.** Để đảm bảo tính xác thực của các truyền thống tâm linh của chúng ta, điều bắt buộc là phải có những người hiện thực hóa những nhận thức cao nhất. Vì vậy, chúng tôi

mong muốn tạo ra một chương trình học bổng tài chính nhằm tạo điều kiện cho những học viên chân chính mong muốn cống hiến cuộc đời mình cho sự phát triển tâm linh, bất kể hệ thống thực hành của họ là gì. Bằng cách giúp mọi người hiện thực hóa những lời dạy, họ trở thành những tấm gương tích cực cho những người xung quanh, truyền cảm hứng và hướng dẫn các thế hệ mai sau.

3. **Hiện thực hóa tiềm năng to lớn của các học viên nữ bằng cách phát triển các chương trình đào tạo chuyên biệt.** Văn hóa Tây Tạng có một lịch sử lâu dài trong việc đào tạo những bậc thầy có chứng ngộ cao thông qua việc đào tạo chuyên sâu những người được công nhận là có tiềm năng to lớn. Thật không may, việc tìm kiếm tiềm năng thường chỉ tập trung vào các ứng cử viên nam. Rinpoche tin rằng việc có những người mẫu phụ nữ mạnh mẽ, được nhận thức cao, có thể giúp mang lại sự cân bằng hơn cho thế giới của chúng ta ngày càng trở nên quan trọng. Vì lý do này, chúng tôi đang nỗ lực phát triển một chương trình đào tạo độc đáo nhằm mang đến cho phụ nữ cơ hội phát huy tiềm năng tâm linh của họ. Mục đích của chúng tôi là thiết kế một chương trình giảng dạy chuyên biệt cũng như cơ sở hạ tầng tài chính để hỗ trợ đầy đủ mọi khía cạnh giáo dục của họ.

4. **Thúc đẩy sự linh hoạt hơn của tâm trí và sự hiểu biết rộng hơn về thực tế thông qua các chương trình giáo dục hiện đại.** Trong một thế giới đang phát triển nhanh chóng, chúng ta cần suy nghĩ lại về các loại kỹ năng mà chúng ta đang dạy con mình. Những cấu trúc cứng nhắc trong quá khứ thường không được trang bị đầy đủ để chuẩn bị cho học sinh những thách thức mà họ sẽ gặp phải trong cuộc đời. Vì vậy, chúng tôi mong muốn phát triển nhiều chương trình giáo dục khác nhau có thể giúp trẻ em trở nên linh

hoạt hơn và có khả năng thích ứng tốt hơn với bối cảnh của chúng. Một phần quan trọng của các chương trình này là phát triển nhận thức sâu sắc hơn về vai trò của tâm trí chúng ta trong trải nghiệm hàng ngày của chúng ta. Chúng tôi cũng mong muốn mang lại những cải cách trong hệ thống giáo dục tu viện để giúp chúng phù hợp hơn với thế giới hiện đại này.

LÀM THẾ NÀO BẠN CÓ THỂ CỐNG HIẾN HỖ TRỢ CỦA BẠN?

Những điều trên sẽ không thể thực hiện được nếu không có sự hỗ trợ và tham gia của các bạn. Tầm nhìn tầm cỡ này đòi hỏi rất nhiều công đức và sự hào phóng từ nhiều nhà hảo tâm trong nhiều năm. Nếu bạn muốn đề nghị hỗ trợ, xin vui lòng liên lạc với chúng tôi.

Dzokden
3436 Divisadero Street
San Francisco, California 94123
United States of America
www.dzokden.org